அதர் இருள்

அகரன்

அதர் இருள்	:	நாவல்
	:	அகரன்
	:	© ஆசிரியருக்கு
முதற்பதிப்பு	:	டிசம்பர் 2022
அட்டை வடிவமைப்பு	:	வி. டினேஸ்
வெளியீடு	:	வம்சி புக்ஸ்
		19, டி.எம்.சாரோன்,
		திருவண்ணாமலை - 606 601
		9445870995, 04175 - 235806
அச்சாக்கம்	:	மணி ஆப்செட், சென்னை - 600 077
விலை	:	₹ 200/-
ISBN	:	978-93-93725-24-0

Adhar Irul	:	Novella
	:	Akaran
	:	© Author
First Edition	:	December - 2022
Wrapper Design	:	V. Dinesh
Published by	:	Vamsi books
		19.D.M.Saron,
		Tiruvannamalai - 606 601
		9445870995, 04175 - 235806
Printed by	:	Mani Offset, Chennai - 600 077
	:	₹ 200/-
ISBN	:	978-93-93725-24-0

www.vamsibooks.com - e-mail: kvshylajatvm@gmail.com

மூத்த உலகோடிகள்
அ. முத்துலிங்கம்,
ப. சிங்காரம்
உள்ளக்கமலங்களுக்கு.

நன்றி

சரவணன் மாணிக்கவாசகம்

ஆர்.காயத்திரி

கே.வி ஷைலஜா

கே.மிருணாளினி

அசுரா

வி.டினேஸ்

ந. ராம்ஜி

ஜீரோ டிகிரி

ஜெயலட்சுமி அரவிந்த்

முன்னுரை

" ..மான்ற மாலை வழங்குநர் செகீஇய

புலி பார்த்து உறையும் புல் அதர் சிறு நெறி"

இலங்கையை விட்டு வெளியேறி தற்காலிக நாட்டை கண்டுபிடித்தபோதும் தனித்து விடப்பட்ட உணர்வு என்னிடம் காய்ச்சிய பாலில் ஆடை படர்வது போல் படர்ந்திருந்தது.

எனது நண்பர்கள் யுத்தத்தில் அப்போது இறந்து கொண்டிருந்த காலம். இருக்கும் இடத்தில் நண்பர்கள் இல்லை. தமிழ் பேச முடியாது. செவ்வாய்க் கோளுக்கு ஒருவழிப் பாதையால் அனுப்பப்பட்டவன் போல் இருந்தேன்.

காலம் உருகி ஒருநாள் சட்டெனப் பெய்யும் மழை போல் எழுத்தூக்கம் ஏற்பட்டு. சில சிறுகதைகள் எழுதிய போது சில பெரியோர் ஊக்கினர். வசந்த காலத்தில் நிலத்தை உழும் உழவனின் உற்சாகம் ஏற்பட்டது.

ஜீரோ டிகிரி வெளியிட்ட 2022 ஆம் ஆண்டுக்கான இலக்கியப் போட்டியை மின் வலையில் பார்த்துவிட்டு வேலைக்குச் சென்று வீடு வந்து கொண்டிருந்தேன்.

திடீரென்று ஒரு வீதி விபத்து என்னை அரவணைத்துக் கொண்டது. ஒரு மாத வைத்திய விடுமுறை அதனால் கிடைத்தது. என் உடல் மகிழ்ச்சியால் நிரம்பி விட்டிருந்தது. அப்போது அந்த

விடுமுறையை பயன்படுத்தி நாவல் எழுத மேசையில் இருந்தேன். அன்றுதான் ரஷ்யா உக்ரேனை ஆக்கிரமித்த செய்தி வந்து சேர்ந்தது.

யுத்தம் தின்ற மீதி வாழ்க்கையை வைத்திருந்த என்னுள் 'அதர் இருள்' கல்லுக்குள் இருந்து பீச்சி வரும் நீர் போல் வந்தது. ஒரே மூச்சில் எழுதி விட்டு என்னோடு வீட்டில் வாழச் சம்மதித்த பெண்ணிடம் காட்டினேன். அவளால் நான் எழுதியதையும் நம்ப முடியவில்லை. இதை ஜீரோ டிகிரிக்கு அனுப்பி விட்டு அதை மறந்து போனேன்.

உக்ரேன்-ரஷ்ய போர் ஆரம்பித்து ஒரு மாதம் முடிந்தபோது எனது நண்பி சிசில் மூலம் லானாவைச் சந்தித்தேன். சிசிலின் நண்பர்களான வைத்திய இணையர் உக்ரேன் எல்லைக்கு சென்று லானாவையும் அவள் மகனையும் அழைத்து வந்து தங்கள் வீட்டில் வைத்திருக்கிறார்கள்.

பிரான்சில் உள்ள வெர்ஸை அரண்மனையின் பெருமுற்றத்தில் லானாவுடன் மூன்று மணி நேரம் பேசினேன். அவளது மகனை அழைத்துச் சென்று பாரிசில் சில இடங்களை காட்டினேன். கூரிய அறிவுடைய அந்த சிறுவனிடம் அப்பா பற்றிய நினைவுகள் நிறைந்து கிடந்தன. அவர் யுத்த முனையில் நிற்கிறார்.

எனது செயல் லானாவுக்கு நெருக்கத்தையும் மனம் விட்டு பேசும் விருப்பத்தையும் கொடுத்தது. யுத்த முனையில் தன் நேசத்திற்குரிய கணவனை விட்டுவிட்டு தினம் தினம் அவள் படும் வேதனை மானுட அளறு.

யுத்தம் நிற்கவில்லை. அதை வளர்க்க பெரு நாடுகள் இறைச்சியை கண்ட காட்டு நாய்கள் போல் திரிகின்றன. லானா மீண்டும் உக்கிரேன் செல்வது என்று முடிவெடுத்தாள். அவள் மகன் தந்தையை பார்க்க வேண்டும் என்று அடம் பிடித்தான். இறுதியாக அவர்களை சந்தித்தபோது 'நான் எழுதிய நாவலில் செர்நோபில் பெண்ணும் இலங்கை பையனும் இருக்கிறார்கள்' என்று கூறினேன். அவள் ஆச்சரியமும் அதிர்ச்சியோடும் என்னைப் பார்த்து 'ஒரு நாள் அதை நான் வாசிக்க வேண்டும்' என்றாள். நாவல் எழுதும் போது உக்ரேனிய பெண்ணையும் - பையனையும் சந்திப்பேன் என்று ஒரு போதும் நான் நினைத்திருக்கவில்லை.

அவள் உக்கிரேன் சென்று செய்திகள் அனுப்பியவாறு இருந்தாள். கடந்த ஒரு மாதமாக ஒரு செய்தியும் இல்லை. தினமும் கைபேசியை பார்ப்பேன் அது வெற்றிடத்தையே தருகிறது.

ஜீரோ டிகிரிக்கு அனுப்பிய சிறுகதையும், குறுநாவலும் பரிசு பெற்றதை கே.வி.ஷைலஜா கூறித்தான் அறிந்து கொண்டேன். மறந்து போன கடவுச்சொல்லை தேடிப் பிடித்து மின்னஞ்சலை திறந்தபோது ஆர்.காயத்ரியின் மின்னஞ்சல் வந்திருந்தது. அது சிறுகதையும், குறுநாவலும் தேர்வு செய்யப்பட்டதைச் சொன்னது.

ஜீரோ டிகிரி மூலம் தமிழ் உலகில் என் எழுத்துக்கு அங்கீகாரமான கண்ணசைவு நிகழ்ந்திருக்கிறது. இந்த நாவல் வெற்றி பெற்ற நாவல்களோடு எழுத்து பிரசுரம் மூலம் 10.12.2022 இல் வெளியாகியது. இப்போது தனித்த குறுநாவலாக வம்சி வெளியிடாக கே.வி.ஷைலஜா தான் பெற்ற பிள்ளை போல்

அக்கறையோடு வெளியிடுகிறார். ஜீரோ டிகிரிக்கும் வம்சிக்கும் என் நன்றி.

குறுந்தொகையில் ஒரு பாட்டில் தன் மகள் காதலனோடு காட்டு வழியே சென்றதை எண்ணி தாய் ஏங்குகிறாள். கடும் பசியோடு புலிகள் பதுங்கி இருக்கும் அந்த காட்டுப்பாதையில் எப்படி அவள் போனாளோ என்று பதை பதைக்கிறது அவள் இதயம். இதை எழுதி முடிக்கும் போதும் கைபேசியைப் பார்க்கிறேன் லானாவிடமிருந்து எந்தப் பதிலும் இல்லை.

நான் விடைபெறுகிறேன்.

அகரன்

பாரிஸ்.

06/01/2023.

அதர் இருள்

24.02.2022 அன்று மாலை 'உலகம் ஓர் ஆபத்தான தருணத்தை எதிர்நோக்கியுள்ளது!' என்று ஐக்கிய நாடுகள் செயலாளர் நாயகம் ஆன்டனியோ குட்டரெஸ் அறிவித்த செய்தியை அவன் பஸ்கலினுக்கு காட்டினான். அவளுக்கு ஆச்சரியம். 'பாங்கிமூனை மாற்றிவிட்டார்களா?' என்றாள்.

'உனக்கு அறிவித்திருப்பார்கள். அவை உன் தகுதிக்குரிய செய்தியாக இருந்திருக்காது. போர்த்துக்கல்லின் முன்னால் பிரதமராக இருந்துவிட்டு ஐக்கிய நாடுகள் சபையின் ஒன்பதாவது நாயகமாக ஆசனம் பெற்ற ஆன்டனியோ தன் முதல் பதவிக்காலத்தை முடித்துவிட்டார். மீண்டும் 2026 வரை அவரையே தெரிவு செய்திருக்கிறார்கள்.. அவ்வளவு துருத்தாத சீவன் அவர். உன்னைக்கூட இதுவரை அவர் தொந்தரவு செய்யவில்லை. பார்த்தாயா?' என்றான்.

அவள் செய்திகளை பார்ப்பதே இல்லை. அவை தனக்கு ஒன்றும் தரப்போவதில்லை என்று நினைப்பவள். அவள் காதுகள் பாடல்களை கேட்க மட்டுமே பயன்படுத்தப்படுவது. அவன் தன்னை சீண்டுகிறான் என்பதை கெட்டித்தனமாக உணர்ந்துவிட்டு

'செய்திகள் என்னைத் தேடவேண்டும்! நான் செய்திகளைத் தேடமாட்டேன்.' என்று தன் இயலாமையை இழுத்து மறைத்தாள்.

'நீ பாடகியாகி செய்தியில் வரும்போது உலகம் இருக்காது. ஒன்று செய்யலாம். நீ அம்மணப்பாடகியானால் எல்லாச் செய்திகளிலும் வருவாய்' என்றான். பாலில் மத்துக் கடைவது போல புன்னகை மலர்ந்தது. அவனையே பார்த்தாள். பின்பு வெண்ணைக்கட்டிச் சிரிப்பை வெளியிட்டு 'உனக்கு வாயில் நல்ல கொழுப்பு தேங்கிவிட்டது' என்று கைகளை மடித்து அவன் வாயில் குத்தப்போனாள். ' எனது அம்மணப்பாடகியே! உண்மையில் நீ தான் முழுமையான வெண்ணைக்கட்டி. என் நிறத்தைப்பார். இது கஃபே நிறம். நீ பால்கட்டி நிறம். மொத்தமும் கொழுப்பு' என்று அவளை அணைத்தான். லுவார் நதியின் காற்று வீட்டிற்குள் வந்துகொண்டிருந்தது. அவர்கள் காற்று நுழைய முடியாமல் இறுகிப்போனார்கள். உதடுகள் ஒன்றை ஒன்று தின்று கொண்டிருந்தன. நதியின் காற்று வெக்கத்தோடு விலகிச் சென்றது.

அவனின் மடியில் அவள் படுத்திருந்தாள். அருகே மெத்தென்ற இருக்கை வேலையின்றி இருந்தது. அந்த விடயங்கள் முடிவுக்கு வரும் நிலையில் இருந்தபோது, பஸ்கலின் 'என் கனியே! எதற்காக உலகம் ஆபத்தான தருணத்தை எதிர்நோக்கியுள்ளது என்று ஏதோ புதிய செய்தி போல் ஆன்டனியோ அலறுகிறார்?' என்றாள்.

'கண்ணே! உக்ரேனைத் தாக்குவதற்கு ரஸ்யப்படை நகர்கிறது. அதற்குள் கிழக்கு உக்ரேனில் இருதேசங்களை மொஸ்கோ உற்பத்தி செய்துவிட்டது. இந்த மனிதர்கள் மீண்டும் மீண்டும் கோரங்களை நோக்கியே சிந்திக்கிறார்கள்.' என்றான்.

'இல்லை! இல்லை! ஐரோப்பாவில் இன்னொரு யுத்தம் வர இடமில்லை. அவர்களுக்கு அது தெரியும். ஐரோப்பா யுத்தத்தை சந்திக்காது!' என்றாள்.

பகல் களவு போய்க்கொண்டிருந்தது. அவர்கள் படுக்கை அறைக்குள் சென்றார்கள். யுத்தத்தை மிக அருகில் அனுபவித்தவன் உக்ரேன் மக்களைப்பற்றியே சிந்தித்துக் கொண்டிருந்தான். சோவியத் நாட்டில் பிறந்து, செர்னோபில் அனர்த்தத்தில் தாயின் வயிற்றுக்குள் இருந்தபோதே அகதியாகி, பிரான்சில் வளர்ந்து, தமிழ் அகதியை தன் கட்டிலில் வைத்திருக்கும் பஸ்கலின் அநாயசமான தூக்கத்தில் இருந்தாள். அவனுக்கு தூக்கம் வரவில்லை. அவன் ஏகாந்த மனதில் குண்டுகள் வீழும் சத்தமும் போர் விமானங்களின் பேயிரச்சலும் கடலலையின் சத்தம் போல் நினைவெங்கும் கேட்டுக் கொண்டிருந்தது. தன் தங்கையின் விமானக்குண்டால் அறுக்கப்பட்ட கை வானைப்பார்த்து விரிந்தபடி இருந்த காட்சி அவன் ஆழ் மனமெங்கும் கொடிய நாகம் போல வந்து நின்றது. போர் விமானங்களின் சத்தம், பல் குழல் பீரங்கிகளின் மரண மணி சாத்தானின் ஆலயத்தில் ஒலிப்பது போல அவன் மனமெங்கும் அலறியது.

'கட்டிலில் மூளையை பாவிக்காதே' என்று அவனை இழுத்து அணைத்துக்கொண்டாள். அவள் தங்கங்களின் தொடுகை அவனை வேறு யுத்தத்திற்குள் கொண்டு சென்றது. இரு பாம்புகள் பிணைந்து புற்றுக்குள் நுழைந்தது போல் அவர்கள் இரவுக்குள் விழுந்தார்கள்.

அப்போது மொஸ்கோ உக்ரேனின் எல்லையோரம் குவித்து வைத்திருந்த படைகளை உக்ரேனிய எல்லைக்குள் நகர்த்திக்கொண்டிருந்தது. உக்ரேனில் இருந்த புறகள் எல்லாம் குழந்தைகள் போல கண்ணீர் வடித்தது. இரவுக்கு அது தெரியவில்லை. கடலில் மீன்களின் கண்ணீர்போல யாராலும் அவை கண்டு கொள்ளப்படவில்லை. மனிதர், மனிதரை வீழ்த்த முன்னெடுக்கும் போர்களில் முதலில் கொலையுண்டுபோவது இயற்கை. இயற்கையில் நாடகத்தன்மையுள்ள விசம் கலந்த விலங்கு மனிதன் என்பது புறகளின் எண்ணம்.

அவள்

நடாசாவின் வயிற்றுக்குள் உயிர் ஒன்று வளர்ந்து கொண்டிருந்தபோது செர்னோபிலில் அணு உலை வெடித்தது. அணு உலையில் இருந்து பத்து கிலோமீட்டர் தூரத்தில் ஒரு சிறு வாவிக் கரையோரத்தில் அவர்களது வீடு இருந்தது. செர்னோபிலில் வேலை செய்வதற்காக குடியமர்த்தப்பட்டவர்கள் அல்ல அவர்களது குடும்பம். எந்த காலத்தில் இருந்து அங்கு இருக்கிறோம் என்று அவர்களுக்கே தெரியாத வரலாற்றிலிருந்து அவர்கள் அங்கே இருந்தார்கள்.

அணு உலை ஆரம்பிக்கப்பட்டபோது அதிசயம் நிகழ்வது போல் கட்டடங்கள் வளர்ந்தன. சோவியத்தின் பல பகுதி மக்கள் அங்கு குடியேறினர். அதனால் அவர்களுக்கொன்றும் குறை இல்லை. அவர்கள் வீட்டின் இடப்பக்கம் ஒட்சும், வலப்பக்கம் சோளமும், வீட்டின் பின்பக்கம் ஏரியோரமாக குதிரைப் பண்ணையும் இருந்தது. அந்த பேரழகு மாடத்தில்தான் பஸ்கலின் பிறந்திருக்க வேண்டியவள்.

நடாசா 27.04.1986 அன்று தன் பெரிய வயிற்றை தூக்கிக்கொண்டு அதிகாலை தேநீரை ஆக்கிக்கொண்டிருந்தாள்.

டிரோவிக்கின்சி குதிரைகளை மேய்ச்சலுக்கு விட்டுவிட்டு வீடு நோக்கி வந்து கொண்டிருந்தார். அன்று இரவு கேட்ட சத்தம் என்னவாக இருக்கும் என்ற நினைப்பு அவருக்குள் இருந்தது. அவர் வீட்டின் முன்பகுதிக்குள் வரவும், நடாசா தேநீர் குவளையோடு வீட்டின் முன்னுள்ள வெளிமாடத்துக்கு வரவும் நேரம் சரியாக இருந்தது. அவர்கள் உதடுகளில் தேநீர் சூடேற்றியபோது படலையில் சோவியத் ராணுவப்போலீஸ் வந்து நின்றது.

'பிறீவியத்' என்று வணக்கம் வைத்தவாறு உள்ளே நுழைந்தார் அதில் வந்த அதிகாரி ஒருவர்,

'செர்னோபிலில் தீப்பற்றி இருக்கிறது. அதை அணைப்பதற்கு அரசு உதவி நாடுகிறது. மூன்று நாட்கள் தீயணைப்பு படைக்கு உதவ முடியுமா?' என்று கேட்டார்.

அரசே உதவி கேட்கும்போது டிரோவிக்கின்சி தன் முறுக்கேறிய கை கால்களை வைத்துக்கொண்டு சும்மா இருப்பாரா? நடாசாவுக்கு முத்தத்தைக் கொடுத்துவிட்டு 'கண்ணே! கவனமாக இருந்து கொள். மூன்று நாளில் வந்துவிடுகிறேன்.' என்றுவிட்டு வந்த அதிகாரியின் வாகனத்திலேயே கிளம்பிவிட்டார். நடாசா தன் வயிற்றுக்குள் வளர்ந்து கொண்டிருந்த உயிரை தடவிக்கொண்டு படலை வரை சென்று வழியனுப்பி வைத்தாள். அவள் மீண்டும் வீட்டுக்குள் நுழைந்தபோது அவர்களின் செல்ல நாய் நாடாசாவைப் பார்த்து அனுக்கத்தோடு பேசியது. அது பேசிய வார்த்தைகள் அவளுக்கு புரியவில்லை. அதனை அணைத்து ' மூன்று நாட்களுக்கு அவரை நீ காண முடியாது' என்றாள். ஆனால் நாய் வேறு

விசயங்களைத்தான் பேசியது. காற்று அதற்கு அந்நியமாகப்பட்டது. நடாசாவிற்கு அதை எப்படிப் புரியவைப்பது என்று அதற்குத் தெரியவில்லை.

சொல்லி வைத்ததுபோல் மூன்றாவது நாள் டிரோவிக்கின்சி வீடு வந்தார். அரசு கொடுத்த வாக்கை கொஞ்சமும் மீறவில்லை. ஆனால் அவரின் தோற்றத்தில் மாற்றம் இருந்தது. உள்ளே ஓடும் ரத்தம் தெரியும்படி தோல் சிவந்திருந்தது. அங்கு நடந்த விடயங்களை அவர் நடாசாவிற்கு சொல்ல விரும்பவில்லை. 'எனக்கு களைப்பாக இருக்கிறது. தூங்கவேண்டும்' என்றார். நடாசா ஆக்கி வைத்திருந்த ஓட்ஸ் கஞ்சியும், பன்றி வத்தலும், பாணும் அருந்தினார்கள். பின்பு அந்த வீட்டில் இறுதித்தூக்கத்தை அவர்கள் செய்தார்கள்.

30.04.1986 அதிகாலை விடிந்ததும் பனிமூட்டம் இருட்டை வைத்திருந்த நேரம் முகக்கவசங்கள் அணிந்தபடி விசேட ராணுவப் போலீசார் வீட்டுக்குள் நுழைந்தனர். மேகத்தில் மிதந்து வரும் வேற்று கிரகவாசிகள் போல் அவர்கள் இருந்தனர்.

'போட்டிருக்கும் உடையோடு வெளியேறுங்கள். எந்தப் பொருட்களையும் உங்களோடு எடுத்துச் செல்லாதீர்கள். எல்லாவற்றிலும் கதிர்வீச்சு இருக்கும். பக்கிமொச்! பக்கிமொச்! (கிளம்புங்கள்! கிளம்புங்கள்!)' என்றார்கள்.

இதற்கு முன் கதிர்வீச்சு என்றால் என்னவென்றே தெரியாத நடாசா ' அது என்ன கதிர்வீச்சு? எனக்கு அதை விளக்குங்கள் கண்ணியவான்களே ' என்றாள்.

' பெண்ணே! இது அதற்கான நேரம் இல்லை. உன் வயிற்றுக்குள்

இருக்கும் உயிருக்கே ஆபத்து! இதோ அரச வண்டி வந்து கொண்டிருக்கிறது. உடனடியாக மக்களை வெளியேற்ற வேண்டியது எங்கள் கடமை. புரிந்து கொள்ளுங்கள்' என்றார்.

நடாசாவிற்கு ஒன்றும் புரியவில்லை. இறுகிய முகத்துடன் அவர்களிருவரும் அரசு வாகனத்தில் ஏறியபோது, டிரோவிக்கின்சியின் கண்களைப் பார்த்து,

'அன்பே! எப்போது நாம் வீடு திரும்புவோம்?' என்றாள்.

அவரால் சரியான பதில் சொல்ல முடியவில்லை. அவள் பிள்ளைத்தாச்சியாக இருக்கும்போது ஏங்கக்கூடாது என்று நினைத்தவாறு,

கண்ணே! ஓர் ஆபத்தான விபத்து நடந்திருக்கிறது. அரசு அறிவிக்கும் போது திரும்புவோம் என்று தன் மனைவியை தன் மார்பில் சாய்த்துக் கொண்டார். அந்த அரசவண்டி எந்த பெட்டிகளும் இல்லாத மனிதர்களுடன் கீவ் நகரைச் சென்றடைந்தது. அங்கு சிறிய அறையில் தங்க வைக்கப்பட்டார்கள். அது 'செர்னோபில் அகதிகள் முகாம்' என்று அழைக்கப்பட்டது. பின்புதான் நடந்த அனர்த்தங்களையும், எதிர்கால அனர்த்தங்களையும் பற்றி முகாம்வாசிகள் பேசிக்கொண்டார்கள். கீவ் நகர ஒதுக்குப்புறத்தில் இருந்த அந்த முகாமிற்கு மக்கள் உறவினரை சந்திப்பதையே தவிர்த்தார்கள். எல்லோருக்கும் செர்னோபில் மக்களில் பீதி உருவாகி அவர்கள் பார்க்கத்தகாதவர்களாகி இருந்தார்கள். அந்த மக்களில் கதிர்வீச்சு இருக்கும் என்ற பயத்தில் செர்னோபில் மக்கள் அவர்கள் அறியாமலே ஆபத்தானவர்களாகிப் போனார்கள்.

கீவ் முகாமில் இருந்தபோது டிரோவிக்கின்சியின் உடல் உருகிக்கொண்டிருந்தது. ஏதோ காய்ச்சல் என்றிருந்தார்கள். ஒருநாள் அவர் வாய் கொப்பளித்தபோது சதைத்துண்டு வந்து விழுந்தது. தன் உடலுக்குள் உள்ள வலியை அவர் மறைத்துக் கொண்டிருந்தார். அவரால் நடமாட முடியாமல் படுத்த படுக்கையாக இருந்தார். அன்று காலை தேநீர் அருந்தியபோது அவர் வாய்க்குள் கற்கண்டு கடிபடும் சத்தம் கேட்டது. தேநீரை வெளியேற்றியபோது அவரின் பற்கள் பூவில் இருந்து உதிரும் இதழ்கள் போல் உதிர்ந்து விழுந்தன. இதைப் பார்த்த நடாசா மயங்கி விழுந்துவிட்டாள். அவள் மயக்கத்தில் இருந்து எழுந்தபோது டிரோவிக்கின்சியை அரச வைத்தியவண்டி அள்ளிச்சென்றிருந்தது. அவர் மூன்று நாட்களில் இறந்து விட்டதாக தகவல் அனுப்பினார்கள். அந்த உடலை நடாசாவால் பார்க்க முடியாது. அரச ரகசிய இடத்தில் அடக்கம் செய்யப்பட்டதாக அறிவித்தார்கள். அப்போதுதான் நடாசா உலக நிலைமையைப் புரிய ஆரம்பித்திருந்தாள். அவளுக்கு மொஸ்கோவில் உயர்ந்த நிலையில் உறவினர்கள் இருந்தார்கள். அவர்கள் அவளைப் பார்க்க பயந்திருந்தனர்.

நடாசா கணவனுக்கேற்ப்பட்ட கோரத்தோடு ஒரு சேதியை அறிந்திருந்தாள். இனிவரும் காலங்களில் செர்னோபில் திரும்ப முடியாது. அந்த நிலத்தை நோயுள்ளதாக மாற்றி விட்டார்கள். கிட்டத்தட்ட நாற்பத்தையாயிரம் ஆண்டுகளுக்கு கதிர்வீச்சு அங்கே இருக்கும்.

நடாசாவுக்கு துணையாக முகாமில் அவளைப் போலவே துணையை இழந்த பெண்ணான கீத்ரி அம்மையார் இருந்தார்.

டிரோவிக்கின்சி இறந்து மூன்று மாதங்களில் பஸ்கலின் பிறந்தாள். கீவ் வைத்தியசாலையில் செர்னோபில் அகதிகளுக்கு மருத்துவம் பார்க்கவும், அவர்களை அணுகவும் எல்லோரும் பயந்தார்கள். தன் பிள்ளைக்கு கதிர்வீச்சுத் தாக்கம் இல்லை என்பதை அறிந்தபோது தான் மீண்டும் பிறந்து விட்டதாக நடாசா மகிழ்ச்சியடைந்தாள்.

பஸ்கலின் பிறந்த மூன்றாவது மாதம் ரகசியமாக முகாமை விட்டு வெளியேறி வேறொரு நாட்டுக்குள் சென்று விடவேண்டும் என்று முடிவெடுத்தாள். கீத்ரி அம்மையார் அந்த இரவில் அவர்களை வழியனுப்பி வைத்தார். நாடுகளை கடக்கும் பார ஊர்தி ஒன்றில் அவர்கள் ரகசியமாக புறப்பட்டனர்.

ஒரு கிழமை பாரமான பயணத்தில் நடாசாவை பார ஊர்தி ஓர் நகரத்தில் இறக்கியது. அந்தநகரம் நோந் (Nantes) என்று எழுதப்பட்டிருந்தது. நடாசா என்ற இளம் தாய் குழந்தையை மட்டும் வைத்திருந்தாள். வேறு ஒன்றும் அவளிடம் இல்லை.

அவன் 1

1997 இல் யோகபுரம் மகாவித்தியாலயத்தில் பல பள்ளிக்கூடங்கள் இயங்கி கொண்டிருந்தன. மாணவர்கள் எல்லா மரங்களுக்கு கீழேயும் மரத்திலிருந்து வீழ்ந்த பூக்கள் போல வட்டமாக இருந்து படித்தனர். பாடசாலையைச் சூழ யாழ்ப்பாணம், கிளிநொச்சி, வட்டக்கச்சி, அக்கராயன் என்று குதிரை லாயங்கள் போல பொதுமக்கள் குடிசைகளை கட்டி தம் அகதி நகரத்தை உருவாக்கி விட்டிருந்தனர்.

அன்று மதியம் இரண்டு முப்பது மணிக்கு பாடசாலை மணி அடித்தது. பாடசாலைக்கீதம் முடியும் வரையும் வேந்தன் சலத்தை அடக்கி வைத்திருந்தான். அது முடிந்ததும் ஓடிப்போய் பாலை மரத்தடியில் அவஸ்தையை அவிட்டுவிட்டான். அது அருவியாகக் கொட்டி முடித்ததும், அவசரமாக சிப்பை இழுத்தபோது அடுத்த அவஸ்தையில் அவன் உயிர் மாட்டுப்பட்டது. "அம்மா... ஐயோ.!" என்று கத்திக்கொண்டு பார்த்தால் சதை எது சிப்பெது என்று தெரியாதபடி கண்ணீர் பார்வையை மறைத்தது. பல்லைக் கடித்துக்கொண்டு ஒரே இழுவையாக இழுத்தான். விசயம் ஒருவாறு முடிவுக்கு வந்தது.

நொண்டி... நொண்டி நடந்து போனான். நிகேதன் அண்ணா நீலச் சைக்கிள் ஒன்றையும் கடுப்பையும் வைத்துக்கொண்டு காத்திருந்தான்.

'எங்கேயடா போனனி?'

'அண்ண மூத்திரம் வந்திற்று.'

'அதுக்கு இவ்வளவு நேரமா?'

'இல்ல அண்ண சிப்புக்க மாட்டுப்பட்டுட்டு'

நிகேதன் சிரிக்க ஆரம்பித்தான். தனது அனுபவங்களையும் சேர்த்துக்கொண்டு அந்தச் சிரிப்பு கெக்கட்டம் விட்டுக்கொண்டிருந்தது. 'சரியடா ஏறு... ஏறு...' வேந்தன் பின்னே இருக்கும் கரியலில் இரண்டு கால்களையும் விரித்து அமர்ந்து பெடல் போட்டான். ஏற்றமான வீதிகளில் இறங்கித் தள்ளினான். மணற்பாங்கான சாலைகளில் இருவரும் இறங்கி சைக்கிளைத் தள்ளினார்கள். அந்த வீதி மழைக்காலங்களில் நதியாகவும் மாறிவிடும் அதிசய தன்மையுடையது.

அன்று புதுவிதமான சத்தம் வானத்தில் கேட்டது. வானம் இரண்டாய் பிளப்பது போல ஒரு சத்தம். கெலி, பம்பர், புக்காரா, சகடை என்று விதம் விதமான போர் விமானங்களுக்கு அவர்கள் பழக்கப்பட்டவர்கள். இது புது வகையான இரும்பு மிருகம். அவர்கள் கறுப்பிகுளத்தை நெருங்கிவிட்ட மணல் வீதியில் சென்றபோது, புதிதாக அரசு அனுப்பிய கிபீர் வல்லூறுபோல் வட்டமடித்தது. அதைப் பார்த்தவாறே இருவரும் நின்றனர். புதிய போர் விமானத்தின் விளையாட்டை அவர்கள் பார்த்து ரசித்துக் கொண்டிருந்தனர். மூன்றாவது தடவை வட்டமடித்துவிட்டு பருந்து

இரையை தொடுவது போல் அவர்களை நோக்கி அந்த கிபீர் குத்தியது.

'அண்ணா எங்களுக்குத் தான் குத்துறான். படுங்கோ... ஐயோ..!'

என்று கத்தியவாறு அந்த மணலில் இறக்கை அசைக்காமல் பறக்கும் பறவை போல் வேந்தன் படுத்தான். நிகேதன் கிபீரைப் பார்த்துக் கொண்டே நிமிர்ந்து படுத்திருந்து அதன் லாவகமான குண்டு வீச்சைப் பார்த்தான். அவை மூன்று குண்டுகளைப் போட்டன. கிபீர் குத்திய வேகத்தில் மேலெழுந்தது. அந்த மூன்று குண்டுகளும் நிலத்தை அதிரச் செய்து வெடிக்கும் ஓசை கிபீர் மறையும் தறுவாயில் நிகழ்ந்தது. அந்த கிபீர் விமானத்தை உக்ரைன் நாட்டை சேர்ந்த 'கிறியோவெச்சி' இலங்கை அரசுக்காக இயக்கினார். இலங்கையில் ஆரம்ப கிபீர் தாக்குதல் இப்படித்தான் நிகழ்ந்தது.

'அடே தம்பி, வுனிக்குளம் பக்கமாத்தான் அடிச்சிருக்கிறான் போல'

'அண்ண வவுனிக்குளம் அலைகரை பக்கம் இயக்கம் செல்லடிச்சுப் பழகுது.'

'அப்ப யாரோ போட்டுக் குடுத்திற்றாங்கள். இது ஒரு புதுச் சாமானடா, எங்களுக்கு நேர குத்தியது. நான் பார்த்தன். குண்டு அசைந்து விழமுதல் மிருகம் போய்விட்டது. என்ன வேகமடா?'

'வாடா உன்னை இன்று வீட்ட கொண்டுபோய் விட்டுட்டு வாரன்.'

'வேணாம். உங்கட அம்மா பயந்திருப்பா நான் நடந்து போறன்.'

'இல்ல எனக்கு விழுந்த இடத்தை பார்க்கணும் போல இருக்கு.'

'அப்ப வேகமாய்ப் போவம். வாங்க.'

ஓர் கண்டுபிடிப்பை நிகழ்த்தும் விஞ்ஞானிக்குரிய விறுவிறுப்பு இருவரிடமும் இருந்தது.

அவர்கள் அதிக மூச்சை பயன்படுத்திக் கிபீரின் தடயங்களைப் பார்ப்பதற்கான பெருவிருப்புடனும் துடிப்புடனும் சென்றனர். 'வவுனிக்குளத்தில் அடிச்சிற்றான்.' என்று கதறியவாறு ஒரு சிவத்த நைன்ரி மோட்டார் வண்டியில் ஒரு கிழவர் மல்லாவி நோக்கிப் பறந்து கொண்டிருந்தார். ஒரு தட்டிவான் மல்லாவி ஆஸ்பத்திரி நோக்கி ஓடியது. அதற்குள் இருந்து குருதி கொட்டிக்கொண்டிருந்தது. சைக்கிளை ஓரம் கட்டி இருவரும் உயிர் முடிச்சு அறுபடும் கதறல்களேடு ஓடிக்கெண்டிருந்த தட்டி வானை வெறித்தபடி பார்த்துக்கொண்டிருந்தனர். தட்டி வானின் வெளிப் பகுதிகள் சாமிகளின் படங்களால் நிறைந்திருந்தது. கிரவல் சாமிகளையும் வானையும் மறைத்த பின்னர் இருவரும் வேகமெடுத்தனர்.

'அடே! சனத்துக்கு அடிச்சிற்றான் போல'

'ஓமண்ண யாரோ தெரியல'

வவுனிக்குளத்தின் வலது மதகில் இருந்து வரும் வாய்க்காலின் அருகிலிருக்கும் சாலை குளத்தை அடைகிறது. வாய்க்காலுக்கு

எதிரே சிறுகாடு. வாய்க்காலுக்கும் காட்டுக்கும் நடுவில் குள வண்டை நோக்கி ஏறும் கிரவல் வீதி வானத்தை நேக்கி ஏறுவது போல ஏறும் அந்த ஏற்றத்தில் வீதியையும், குளம் சலம் பெய்வது போல் ஆவேசத்துடன் மதகில் இருந்து வரும் வாய்க்காலையும் பார்த்துக்கொண்டு வேம்பு மரத்தின் கீழ் வேந்தனின் குடிசை இருக்கிறது.

அந்தக் குடிசை அகதிகளுக்காக ஜக்கிய நாடுகள் சபையின் தொண்டு நிறுவனமான யு.என்.எச்.சி.ஆர் வழங்கிய தறப்பாலால் போர்த்தப்பட்டது. யுத்தம் ஏற்படாமல் அல்லது அதை நிறுத்த ஏற்படுத்தப்பட்ட அமைப்பு கடைசியில் தறப்பாள் வழங்கும் அமைப்பாக சேவை செய்துகொண்டிருந்தது. வெளிப்பக்கமாக உள்ள நீல நிறத்தில் வெள்ளை எழுத்தில் யு.என் (UN) என்று எழுதி இருந்தார்கள் . அதற்கு காரணம் போர் விமானத்தில் இருந்து பார்த்தால் அவை மக்களின் குடியிருப்பு என்பதை அறிவதற்காகும். இலங்கையில் பறந்த போர் விமானங்களுக்கு அது வசதியாகப்போய் விட்டது.

பாலையடி தாண்டி வவுனிக்குள வண்டில் ஏறிய போது கந்தக மணம் நாசியில் அப்பியது. பாலையடி என்ற நான்கு வீதிகள் சந்திக்கும் இடத்தில் பெரும் பாலை மரம் ஒன்று இருந்தது. ஆனால் இதன் ஆதிகாலப்பெயர் பாலி நகர் என்பதாகும். எல்லாளன் காலத்தில் பாளி மொழி கற்பித்த பௌத்த துறவிகளுக்காக வழங்கப்பட்ட இடமாகும். இரண்டாயிரம் ஆண்டுகளின் பின்னர் பௌத்தத்தை காக்க பாலி நகரில் கந்தகப் புகை பரவி இருந்தது.

சைக்கிளின் பின் கரியலில் இருந்தவாறு இரண்டு பக்கமும்

பலங்கொண்ட மட்டும் வேந்தன் பெடல் போட்டான். அவனுக்கு நிகேதனனின் முதுகுதான் தெரிந்தது. நிகேதன் வவுனிக்குள வண்டை நோக்கி ஏறும் நேர் வீதியைப் பார்த்தான். வேந்தன் வீடு இருந்த இடத்தில் புகை வந்துகொண்டிருந்தது. அவன் உடலெங்கும் பீதி மின்னலடித்தது. தொண்டை காய்ந்து தலை சுற்றியது. வேந்தனுக்கு ஏதும் பறையாமல் உணர்வு இயங்காத நிலையில் வேகத்தை குறைத்தான்.

வேந்தனின் மூர்க்கத்தனமான பெடலால் சைக்கிள் கிபீர் குண்டுகள் வீழ்ந்த இடத்தில் நின்றது. அதன் வெப்பம் சூரியன் அருகே வந்ததுபோல் இருந்தது. வேப்ப மரம் யானை கரும்பைத்தின்றுவிட்டு வீசியதுபோல் இருந்தது. அங்கு குடிசை இருந்த அடையாளமாக அலுமினியப் பாத்திரங்கள் நைந்துபோய் சிதறிக்கிடந்தது. வேப்ப மரத்தின் அடியில் வட்ட வடிவ அலுமினிய தட்டில் சோற்றுப்பருக்கைக்குள் குருதி நிறைந்திருந்தது. அருகே வேந்தனின் ஐந்து வயது தங்கையின் முளங்கையுடன் வெட்டப்பட்ட கை வானத்தைப்பார்த்தவாறு தனியே கிடந்தது. கையின் மணிக்கட்டில் காப்பும் வாழை மரத்தை சரிவாய் வெட்டியது போன்ற பகுதியில் இருந்து வடிந்த குருதி மண்ணில் ஊறி துண்டாடப்பட்ட கையின் கண்ணீராகிக்கிடந்தது.

வேந்தனின் வீட்டில் உணவருந்திக்கொண்டிருந்தபோது அந்த ஏதிலிக்குடும்பத்தின் மீது வெற்றிகரமான தாக்குதலை கிபீர் நடத்தியது. அதன் குண்டுகளுக்கு தனித்துவம் உண்டு. அதை போடுபவர்களுக்கு அது பற்றித்தெரிய வாய்ப்பில்லை. நிலத்தில் விழ முன்னரே அவை சிதறுண்டு வெடிக்கும். அதிலிருந்து பெளியேறும் பளுத்த துண்டுகள் வாளால் வெட்டுவதுபோல்

வெட்டிச் செல்லும். செல் தாக்குதலில் குண்டுகள் உடல் அவயங்களை சிதைத்துச்செல்லும். ஆதலால் கிபீர் குண்டு வீழ்ந்த இடத்தில் உயிர் தப்புவது ஆண்டவனாலும் முடியாத காரியம்.

வேந்தன் 'ஐயோ... எல்லாம் போச்சே... அண்ண' என்று கத்தினான். அவனை அணைத்துப் பிடித்தான் நிகேதன். 'அம்மா.. தங்கச்சி.. அம்மம்மா.. அம்மப்பா..' என்று கேவிக்கேவி அழுதான். நிகேதனும் 'அழாதயடா தம்பி நான் இருக்றன்' என்று அணைத்தான். தங்கையின் கரத்தை எடுத்து 'ஐயோ த..ங்..க..ச்..சி....' என்று வீரிட்டவன் சிறிய நேரத்தில் மயங்கிப்போனான். கிபீர்த் தாக்குதலில் வேந்தன் அப்படித்தான் அநாதையாகிப் போனான்.

அவன் 2

'விமானப்படையின் துல்லியமான தாக்குதலை நவீன கிபீர் விமானம் மூலம் மேற்கொண்டது. எல்.ரி.ரி.ஈ இன் முக்கியஸ்தர் உட்பட அவர்கள் முகாம் தரைமட்டமானது. இருபதுக்கும் மேற்பட்ட எல்.ரி.ரி.ஈ யினர் மாண்டனர்' என்று அரச தொலைக்காட்சியான ரூபவாகினி மற்றும் இலங்கை ஒலிபரப்புக்கூட்டுத்தாபனம் அறிவித்தது. வேந்தனின் மொத்தக் குடும்பமும் அழிந்து அவர்கள் உடல்கள் கூட துண்டு துண்டாகியதால் நான்கு பொட்டலங்களை மல்லாவி ஆதாரவைத்தியசாலை கொடுத்தது.

வேந்தனின் தந்தை சிவநேசன் இறந்து இரண்டு வருடமாவதற்கிடையில் மொத்தக் குடும்பமும் இறந்து போயிற்று. அவன் தந்தை இறந்தபோதும் எல்.ரி.ரி.ஈ இளைஞனை சுட்டுக் கொன்றதாக அரசாங்கம் அறிவித்திற்று. அவர் கையில் மண்வெட்டி, கலப்பையைத் தவிர்ந்த ஆயதங்கள் இருந்ததில்லை. வயலில் உழுதுவிட்டு தோளில் கலப்பையோடு வந்துகொண்டிருந்தபோது ஆனையிறவில் இருந்து பறந்து வந்த

அரசாங்கத்தின் 'பைற்றர்' சுட்டதில் சிவநேசன் இறந்தார். இப்படியே அவன் குடும்பம் இறந்த பின்னர்

எல்.ரி.ரி.ஈ ஆகிப்போயிற்று.

பன்னிரெண்டு வயதில் தனித்துப்போன வேந்தனை இறுகப்பற்றி அணைத்துக்கொண்டாள் அம்பிகா. அவள் நிகேதனின் தாய். காணாமற்போன கணவனைத் தேடுவதையும் தன் மகனை வளர்ப்பதையும் தொழிலாகக் கொண்ட அம்பிகாவிற்கு வந்து சேர்ந்த மற்றொரு பிள்ளையாகிப் போனவன்தான் வேந்தன்.

1999 இல் பட்டுப்பூச்சிச் சந்தியில் 'இயக்கம்' தெருக்கூத்துப் போட்டது. மினிவான் ஒன்று ஸ்பீக்கரில் அதை அறிவித்தது. முண்டியடித்து இருவரும் ஓடிப்போய் முன்வரிசையில் அமர்ந்திருந்தனர். தெருக்கூத்து முடிந்ததும் சைக்கிளை வேந்தனிடம் கொடுத்துவிட்டு, 'அம்மாவைக் கவனமாய்ப் பார்த்துக் கொள். நீ இயக்கத்துக்கு வரக்கூடாது' என்று சத்தியம் பெற்றுக்கொண்டு நிகேதன் போராளிகள் இணையும் செயலகத்தில் இணைந்து கொண்டான். இரண்டு ஆண்டுகளில் 'வீரமரணம்' என்று அவன் வீட்டுக்கு கொண்டு வரப்பட்டபோது அம்பிகாவை விட வேந்தன் அழுது அரற்றினான்.

2007 இல் போர் மீண்டும் கொடிய பசி கொண்ட மிருகம் போல் வந்தபோது, அம்பிகா தன்னிடம் இருந்த மொத்த நகைகளையும் திரட்டி, வேந்தனை இலங்கையை விட்டு வெளியேற்ற முயற்சி செய்தாள். அப்படி இரண்டு வருடங்கள் உலகமெல்லாம் உருண்டு பாரீஸ் வந்து சேர்ந்தான் வேந்தன். அப்போது அம்பிகாவின்

தொடர்போ வேறு யாரின் தொடர்போ அவனிடம் இல்லை. யுத்தம் மொத்தமாய் முடித்து விட்டிருந்தது. அம்பிகா அம்மாவைத் தேடுவது ஒருபுறமும், தான் யாருமற்ற பாரிஸில் வாழ்வதிலும் வேந்தன் அலைய ஆரம்பித்தான்.

பாரீஸிலிருந்து ஒவ்வொரு நகரத்துக்கும் புகையிரதத்தில் சென்று வேலை தேடுவதே அவன் தொழிலாயிற்று. ஒருநாள் நோந் (Nantes) என்ற நகருக்குச் சென்றடைந்து அருகிலுள்ள லுவார் நதியோரம் இருந்த பிரெஞ்சு உணவகத்தில் பசியாறினான். அந்த இடம் அவனை ஆக்கிரமித்திருந்தது. அங்கு தனக்கு உணவு பரிமாறிய பெண்ணிடம்

'இங்கு ஏதாவது வேலை கிடைக்குமா ?' என்று கேட்டான். அந்த உணவு விடுதி ஓர் புளோஞ்சரைத் தேடிக் கொண்டிருந்தது. அந்த வேலையை அவனுக்குப் பெற்றுக்கொடுத்தவள் 'பஸ்கலின்.'

அவள் 2

'காற்றில் பறந்து வரும் பிரெஞ்சுப்பேய்!' என்றுதான் நெப்போலியனை பற்றி நடாசா அறிந்து வைத்திருந்தாள். பேய் என்று வர்ணித்த ஒருவன் ஆண்ட தேசத்திடம் விஞ்ஞான அகதியாக அடைக்கலம் தேடும் நிலை ரஸ்யப்பெண்ணுக்கு வாய்த்திருக்கிறது என்று நினைத்துக்கொண்டாள். ரஸ்ய சமூகத்தில் உயர்ந்த நிலையில் இருப்பதாக காட்டிக் கொள்பவர்கள் பிரெஞ்சுப்பாசையை தெரிந்து வைத்திருப்பதை நினைத்துக்கொண்டாள்.

தன் குழந்தையைப் பாதுகாக்கும் காரணமே தன்னை இந்த நீண்ட தூரத்திலும், தனிமையிலும் வைத்திருக்கிறது என்றெல்லாம் தன்னை ஆசுவாசப்படுத்தும் சிந்தனைகளால் தன்னைத் தேற்றிக் கொண்டாள்.

நடாசா புதிய நகரத்துக்கும் அதை எதிர்கொள்வதற்கும் போராடிக் கொண்டிருந்த போது, பஸ்கலின் பிரெஞ்சுக்குழந்தை போல் வளர்ந்து கொண்டிருந்தாள். அவள் பள்ளியில் பிரெஞ்சுப்பாசையும் வீட்டில் ரஸ்யப்பாசையும் பேசும் இரு பெண்ணாக வளர்ந்தாள். சிறிய வயதில் அவள் தனக்குள்ளேயே

குழம்பிப் போய் விடுவதுண்டு. இக்கடுமையான குழந்தை நாட்கள் அவளை வலிமையான இளம் நாட்களை கொண்டு வந்திருக்கிறது. தனது பதினெட்டாவது வயதில் குதிரையேற்றத்திலும், நீச்சலிலும் சிறப்புத் தேர்ச்சி பெற்றாள்.

கற்ற இடங்களில் சிறிய பிள்ளைகளுக்கான பயிற்சிகளை வழங்கும் ஆசிரியராக மாறினாள். விடுமுறை நாட்களில் உணவு விடுதியில் பரிசாரகியாகியிருந்தாள். பஸ்கலின் கல்வி கற்றுக்கொண்டே வருமானத்திற்காக உழைப்பதிலும் ஈடுபட்டதற்கு அவசியம் இருந்தது. அவர்கள் அகதிகளாக வந்த காலத்திலிருந்து ஒரு சிறிய அறையில் தான் வாழ்ந்தார்கள். அதற்குள் சமையலறை, மலசல கூடம், படுக்கையறை என்று ஒரு தீப்பெட்டிக்குள் தீக்குச்சி அடுக்கப்பட்டது போல இருக்கும். அவர்களுக்கு ஒரு வீடு அவசியமாகப்பட்டது. இளம் வயதுக்குரிய பந்தோபஸ்துக்களை இளம்வயதில் அனுபவிக்காமல் இருப்பது எத்தனை கொடுமை என்பதை அவள் யாருக்கும் சொன்னதில்லை. ஆனால் அது அவள் இதயத்தில் குறிசுட்டது போல் ஒரு வடுவாக வளர்ந்திருந்தது.

நடாசா அதிகாலையிலிருந்து பல இடங்களில் சுத்தம் செய்யும் பெண்ணாக வேலை செய்தாள். பிரெஞ்சு மொழி தெரியாவிட்டால் கடைசியாகக் கிடைக்கக் கூடிய வேலை அதுதான். அந்த வேலையில் இருபது வருடங்கள் நிறைவு செய்திருந்தபோது அவள் முதுமை வாசலுக்குள் நுழைந்து கொண்டிருந்தாள். அவள் இளமையின் பிரதியாக பஸ்கலின் வளர்ந்து விட்டிருந்தாள்.

பஸ்கலினுக்கு நண்பிகள் இருந்தார்கள். ஆனால் உறவுகள் என்று கொண்டாட ஒருவரும் இல்லை. கிறிஸ்மஸ் காலங்களில்

எல்லோரும் அவரவர் குடும்பங்களோடு கொண்டாட்டத்திற்கு சென்று விடுவார்கள். நடாசாவும், பஸ்கலினும் தனிமையில் அதைக் கொண்டாடுவார்கள்.

தன் மகளும் வேலை செய்ய ஆரம்பித்ததும் ஒரு வீடு வேண்ட வேண்டும் என்ற நடாசாவின் ஆழ்கனவு நிறைவேறியது. லுவார் நதியின் அருகே அமைந்த வீட்டைத் தெரிவு செய்தார்கள்.

நடாசாவின் ஏக்கங்கள் சொந்தமாக ஒரு வீட்டை வேண்டுவதில் உறைந்திருந்தது. அவள் நினைவுகளில் நிழற்படமாக இருக்கும் செர்னோபில் வீட்டின் ஏக்கத்தை அது போக்கும் என்று அவள் நினைத்தாள். அப்படித்தான் அவர்கள் தெரிவு செய்த வீடும் அமைந்தது. ஒரு பெண் வளர்ந்து, திருமணமாகி, முதல் குழந்தையை வயிற்றுக்குள் தாங்கி நிற்கும் அழகு போல் லுவார் நதியின் பெருத்த உயிர் நிறையும் இடத்தில் அந்த வீடு அமைந்தது. நதி அங்கு நின்று நகர்கிறது. பிள்ளைத்தாச்சி போல் அதன் ஓட்டம் அமைதியானது. நதியின் நடுவில் சிறு தீவு அமைந்துள்ளது. அங்கே பண்டைய சிற்றரசரின் கோட்டை ஒன்று பழம் கதைகளை வைத்துக்கொண்ருக்கிறது. அதன் கிழக்கு மேற்குப் பக்கங்களில் வீடுகள். வீடுகளின் வாசல்களில் இருந்து படகுகள் புறப்படும் படகுத்துறைகள். மொத்த அழகைக்கட்டி வைத்தது போன்ற நதியிருப்பு.

லுவார் நதி இன்று பிரான்சின் எல்லை என்று போடப்பட்ட மனிதக் கோட்டுக்குள் அதிக நீளமானது. ஆயிரத்து பன்னிரெண்டு கிலோ மீற்ரர் தூரம் அது காலை அகட்டி வைத்துள்ளது. அதை ஓர் மலைப்பாம்பென கற்பனை செய்தால் அதன் வயிற்றுக்கும் கழுத்திற்கும் இடையில் நோந் நகர் லூவார் நதியை

கட்டிப்பிடித்துக்கொண்டிருக்கிறது. நதியில் கால் நனைத்துக்கொண்டிருக்கிறது நடாசாவின் மனை.

அந்த வீடு நடாசாவிற்கு தனது செர்னோபில் வீட்டின் பின்பகுதியில் இருக்கும் வாவியை ஞாபகப்படுத்திற்று. அவர்கள் அந்த பழைமையான வீட்டின் புதிய விருந்தினர்களாக குடியேறினர். நாடாசாவின் மகிழ்ச்சி முகமெங்கும் பூத்துக் கொண்டிருந்தது. அகதிகளுக்கு கிடைக்கும் முதல் வீடு ஏக்கங்களின் நினைவிடமாக மாறிப் போய்விடும். அப்படித்தான் அவள் செயல்கள் இருந்தன. விடுமுறை நாட்களில் தமது படகுத் துறையிலிருந்து இருவரும் நதித்தீவுக்குச் செல்வார்கள். நதியின் நடுவில் நின்று உணவருந்துவார்கள். நதி அவர்களிடம் புது உறவாக உருவாகி விட்டிருந்தது.

அன்று நடாசாவிற்கு தன் கணவன் பற்றிய நினைவுகள் அதிகமாக நிறைந்து கொண்டிருந்தது. தாம் மகிழ்ச்சியாக வாழ்ந்த தருணங்களும், செர்னோபில் வெடிப்பும் அவர் உடல் உருகி உதிர்ந்ததும், அவர் இறந்தபோது என்ன நினைத்தாரோ என்பதும் தான் அவரருகில் இல்லாதிருந்த அந்த இறுதி நிமிடங்களும் அவளை நீண்ட நாட்களின் பின் வதைக்க ஆரம்பித்தது.

அன்று மாலை பஸ்கலின் வரும் வரை காத்திருக்க முடியாது. இருண்டு விடும் என்று நினைத்தவாறு படகில் ஏறி பயணித்தாள். அவளுக்கு அந்த தனிமை தேவையாக இருந்தது. அது வெயில் காலம் ஆகையால் சூரியன் தூங்குவதற்கு பஞ்சிப்பட்டுக்கொண்டிருந்தது. மெல்லிய தென்றல் நதியைத் தூங்கவைத்திருந்தது. முழு நிலவும் வந்து விட்டிருந்தது. இரவும் பகலும் சேரும் காலம். நடாசா நதியில் தெரியும் நிலவைப் பார்த்து

தியானித்திருந்தாள். நதிக்குள் நட்சத்திரங்கள் தோன்ற ஆரம்பித்திருந்தன. படகை நதித்தீவின் கரையில் நிறுத்தி விட்டு நடாசா அதற்குள் சாய்ந்திருந்தாள். அவள் விரும்பிய நதியில் அவளது மரணம் நிகழ்ந்தது. ஒரு சிறு தூக்கம் போல் அந்த உயிர் அமைதியாகிற்று. உடலை பரிசோதித்த வைத்தியசாலை அவள் நுரையீரலிலும், இதயத்திலும் ' கதிரலை ' இருந்ததை சொல்லிற்று. அப்படித்தான் பஸ்கலின் தனிமையானாள்.

நதியின் தீட்டு

1793ல் பிரான்ஸ் ஐரோப்பாவுக்கு எதிராகப் போர் செய்தது. பிரான்ஸ் ஐரோப்பாவை விடவும் உயர்வாக இருந்தது. வோண்டே பிரான்ஸை விடவும் உயர்வாக இருந்தது.

-விக்டர் ஹியுகோ-

அன்று பிரெஞ்சு மக்கள் பிரெஞ்சு மக்களின் தலைகளை வெட்டிக் கொண்டிருந்த காலம். அதற்கு 'புரட்சி' என்று பெயர் வைத்தார்கள். யார் கொல்பவர்கள்? ஏன் கொல்கிறார்கள்? என்று கொல்பவர்களுக்கும் கொல்லப்படுபவர்களுக்கும் தெரியாமல் இருந்தது.

பாரிசில் நடக்கும் கொலைகளை பிரான்ஸின் பல நகர்கள் எதிர்த்தன. கொலைப்பசி எல்லைகளை வகுப்பதில்லை. அதற்கு கொலை தான் உணவாக இருந்தது. இதை வோண்டே என்ற பிராந்தியம் எதிர்த்தது.

அவர்களில் பிரபுக்கள் இருந்தார்கள். மதகுருமார்கள் இருந்தார்கள். விவசாயிகள் இருந்தார்கள். மொத்த வோண்டே பிராந்தியமும் குடியரசுப்படையை எதிர்கொண்டது. புரட்சி

இராணுவம் கரியே என்ற தளபதியின் தலைமையில் வோண்டே பகுதியை அடக்க இராணுவத்தை அனுப்பியது. கரியே நெடிய வெள்ளை சதைக் குவியலை வைத்திருந்தார். நீண்ட தாடி, கம்பிகளால் செய்தது போன்ற மீசை, கொலைகளைச் செய்வதைக் கலையாகக் கொண்ட துருத்திய கண்கள், அதிகம் பேசாத இறுகிய முகம், கறள் பிடித்த குரல் எல்லோரையும் அதிரச் செய்யும். அவர் குதிரையைக் கூட பதறச் செய்யும்.

புரட்சிப்படை நீலநிறக் கொடியோடு குருதி குடிக்க ஓடிவந்தது. வெள்ளைக்கொடியோடு வோண்டே பிராந்தியம் எதிர்கொண்டது. பாரிஸின் குடியரசுப் படை குடித்துவிட்டு வெறியோடு பாயும் விலங்குகளாகப் பாய்ந்தனர். கத்தோலிக்க ஆலயங்கள், குடியிருப்புகள் என எங்கும் சாவின் ஒலி ஆலய மணிக்குப் பதிலாக ஒலித்தது.

தோல்வியைச் சந்தித்தாலும் வோண்டே வீரர்கள் பதுங்கியிருந்து தாக்கிக் கொண்டிருந்தனர். அப்போதுதான் புரட்சிப் படையை வழிநடத்த அங்கே கரியே என்பவன் வந்தான். நரியின் முகத்தை தன் முகத்தில் அவன் வைத்திருந்தான். அங்குள்ள எல்லோரும் கொல்லப்பட வேண்டும் என்ற கட்டளையை வழங்கினான்.

குழந்தைகள், பெண்கள், மதகுருக்கள், கன்னியாஸ்திரிகள் எல்லோரும் லூவர் நதியைக் கடந்து விட வேண்டும் என்று அவதியாக ஓடிக் கொண்டிருந்தனர். அந்த நதியைக் கடந்தால் ஆங்கிலேய முடியரசுப்படையின் ஆதரவு கிடைக்கும். தம் உயிர் காப்பாற்றப்படும் என்று அவர்கள் நம்பி நகர்ந்தார்கள். 2009 இல் யாருடைய உதவியாவது வரும் என்று நந்திக் கடல் நோக்கி ஈழ தேசம் நகர்ந்தது போல.

கரியேயின் ராணுவம் தம் மக்களை வன்புணர்வு செய்தனர். குழந்தைகளைப் பெற்றோரின் முன்னால் கொன்றனர். புரட்சி கொடூரங்களைப் பெற்றெடுத்துக் கொண்டிருந்தபோது, ஒரு லட்சத்துக்கு அதிகமான மக்கள் நதியை கடக்க காத்திருந்தனர். அப்போது கரியேயின் ராணுவம் நதிக்கரையை அடைந்திருந்தனர்.

மதத்தலைவர்கள், கன்னியாஸ்திரிகள் உடைகள் களையப்பட்டது. இருவர் இருவராக ஆணும், பெண்ணும் கல்லோடு கட்டி நதியில் வீசப்பட்டனர். படகுகளில் ஏற்றபட்ட பெண்களும், குழந்தைகளும் அமிழ்ந்து போகுமாறு ஏற்பாடு செய்யப்பட்டது. தம் குழந்தைகளை தலைக்குமேல் உயர்த்தியவாறு பெண்கள் மூழ்கிப் போனார்கள்.

தன் சாம்பல் நிறக் குதிரையில் நதியின் கரையில் உள்ள திட்டு ஒன்றில் கரியே ஏறினான். அங்கே அழுகையோடும் பீதியோடும் குழுமிய சனத்திரளை அவன் பார்த்தான். குழந்தைகள் பசியால் கதறிக்கொண்டிருந்தன. அவனுக்கு ஒரு புதிய சிந்தனை வந்ததால் அவன் கன்னங்களில் காய்ந்துபோன சிரிப்பு வந்தது. தன் உதவியாளனுக்குக் கட்டளையிட்டான். (குழந்தைகளையும், பெண்களையும் அந்தப் பெரிய படகில் ஏறச்சொல்லு!) உதவியாளன் தயங்கியபடி,

‘மிஸ்யு (ஐயா) கரியே, அந்தப்படகு துவாரங்கள் கொண்டது. அதனால் பயணிக்க முடியாது.’

‘ எனக்குத் தெரியும்! ஓட்டைப்படகு அவர்களை ஏற்றிச் செல்லும். நான் சொன்னதைச் செய்!’

அங்கிருந்த பெண்களும் குழந்தைகளும் படகில் ஏற்றப்பட்டார்கள். படகே பெண்களின் தலையாலும், அவர்கள் மார்புகளில் பசியாறிக் கொண்டிருந்த குழந்தைகளாலும் நிறைந்திருந்தது. படகை நதிக்குள் நகர்த்துமாறு கரியே கட்டளையிட்டான். நதிக்குள் நகர... நகர.. படகிற்குள் நீர் நிறைந்தது. தாம் படகில் அனுப்பப்படுகிறோம் என்றிருந்த பெண்கள் மூழ்கும் படகில் மூழ்கிக் கொண்டிருந்தனர். தாய்களின் கதறல் காணாமல் போனபோது அவர்கள் கரங்கள் உயர்த்திப் பிடித்திருந்த குழந்தைகள் அவர்களின் கரங்களில் நின்று கதறினர். குழந்தைகளின் கதறல் முடிந்த போது அந்தப் பெரும் படகு நதியின் அடியில் அமிழ்ந்து போயிற்று.

அந்த காட்சியை ரசித்த கரியே தன் வீரர்களுக்கு, 'இந்த லூவார் நதி, மிகப்பெரிய குடியரசு நதி' என்று கூறிப்பெருமை கொண்டான். அப்படிப்பட்ட லட்சம் உயிர்கள் அமிழ்ந்த நதியின் மடியில் நாடாசாவின் மரணம் நிகழ்ந்தது. லூவார் நதி இன அழிப்பின் அடையாளமாக ஓடுவதும் குழந்தைகளும் பெண்களும் உயிரோடு மூழ்கிய இடத்தின் மேல் நடாசா இறந்ததையும் லூவர் நதி மறக்காமல் வைத்துக்கொண்டு பெண்களின் கண்ணீர் போல் நகர்கிறது. நதியின் தீட்டாக கொடிய மனிதர்கள் அதன் கண்களில் தோன்றினர். பிரெஞ்சு புரட்சி வோண்டே இனப்படுகொலை செய்ததை லூவார் நதி மறக்கவில்லை.

அவர்கள் 1

வேந்தனுக்கு வேலை கிடைத்தது அதிசயம். அதை அவன் எதிர்பார்க்கவில்லை. எங்கே தங்கியிருக்க வேண்டும் என்ற திட்டம் ஏதும் அவனிடம் இல்லை. எந்த நிலத்திலும் வாழ முடிந்தவர்கள் நிலமற்றவர்கள். இலங்கையை விட்டுப் பிரிந்தபோதே அவனிடம் ஒட்டிவிட்ட பழக்கமது. உணவைப் பரிமாறிய பெண் தன்னுடன் ஆங்கிலத்தில் பேசியது அவனுக்கு அதிசயமாகப்பட்டது. அன்று பிரெஞ்சு வார்த்தையில் ஒன்றைக்கூட அவன் வாய் உச்சரிக்க முடியாமல் அவதிப்பட்டது. பிரெஞ்சு பேசாவிட்டால் வாயை உபயோகிப்பது பிரான்சில் பசியை போக்குவதற்காக சுவிங்கம் சப்புவது போன்றது.

பாரிசில் இருந்து 250 கிலோமீட்டர் தூரத்தில் இருக்கும் நோந்த் நகரை அதிவேகப்புகையிரதத்தில் ஒரு மணி முப்பது நிமிடத்தில் சென்றடைந்தான். இரண்டு மணி நேரமாக நகரை ராஜவலம் வந்தான். ஒருவர் கூட அகதி குமாரனை ஏறெடுத்தும் பார்க்கவில்லை. ஆனால் ஆர்ப்பாட்டமின்றி நகர் இருந்தது. அந்த நகரை இரண்டாக வெட்டி விட்டதுபோல லூவார் நதி படுத்திருந்தது. நகரின் ஓரிடத்தில் மாபெரும் ரோபோ யானை

ஒன்று நிறுத்தி வைக்கப்பட்டிருந்தது. ஊரில் கோயில்களில் திருவிழா இல்லாத காலத்தில் தேர் நிறுத்தி வைக்கப்பட்டிருப்பது போல அந்த யானை மாபெரும் கூடாரத்துக்குள் அசையாமல் நின்றது. உயிரில்லாத யானையைக் கண்டபோதும் அவனுக்குள் நீண்ட நட்புடைய உயிர் ஒன்றை கண்ட பரவசம் அடைந்தான்.

அதனருகே இளைப்பாறினான். சில விசேட காலங்களில் அந்த யானை நகர்வலம் வரும் என்பதை தெரிந்து கொண்டபோது அவனுள் ஒரு நெருக்கம் ஏற்பட்டது. அவனையறியாமல் இந்த நகரத்திலே தங்கி விட்டால் என்ன என்ற நினைவுகள் மத்தாப்புப் போல் மலர ஆரம்பித்தது. அத்தனை நாட்களும் இருந்த மனக்குழைவு திடீரெனப் பறந்து போனது. கண்ணீரோடிருந்த பெண் திடீரென காதலனைக் கண்டு பூரித்து எழுவது போல் மனம் எழுந்தது.

இந்நகரத்தில் இருக்க வேண்டுமானால் ஒரு வேலை கிடைக்க வேண்டும். செய்யக்கூடிய ஒரே வேலை உணவு விடுதிகளில் வட்டில்கள், பாத்திரங்கள் கழுவும் வேலை. அது பாரிசில் பிரபலமான தொழில். தமிழில் புளோஞ் அடித்தல் என்பார்கள். இந்த தொழிலில்தான் மிகக் குறைவான பிரெஞ்சு மொழி தேவைப்படும். மற்றும்படி உடல் உழைப்பு அதிகம் அவசியமானது. மற்றுமொரு வசதி உணவு விடுதிகளில் பசியாறமுடியும். உடலுக்குஅடிப்படையான உணவுப் பிரச்சனையைத் தீர்த்துக்கொள்ள வசதியானது.

கடந்த பதினெட்டு மாதங்களாக பாரிசில் ஒவ்வொரு முடக்கிலும் கேட்டும் கிடைக்காத புளோஞ் வேலை, இந்த நகரத்தில் கிடைத்து விடுமா? என்கிற பதைபதைப்பு ஒரு பக்கம்

இருந்தாலும், முயற்சி செய்து விடுவது என்று நினைத்துக்கொண்டான். பாரிஸ் திரும்பும் TGV (அதிவேக மின் வண்டி) புறப்பட நான்கு மணி நேரங்கள் இருந்தது. மாலை ஆறு மணி முப்பது நிமிடங்களில் அது புறப்படுகிறது. அதற்குள் சில உணவகங்களில் தேடுவோம் என்று நினைத்தவாறு தன் பழக்கப்பட்ட தொழிலுக்கு தயாரானான்.

உணவு விடுதிகளில் பலவகை உண்டு. அதை வேந்தன் இரண்டு வகையாகப் பிரித்துள்ளான். ஒன்று நட்சத்திர அந்தஸ்துள்ள விடுதிகள். அங்கு நட்சத்திரங்கள் போல் பணம் வைத்திருப்பவர்கள் தான் செல்லமுடியும். வட்டில் கழுவுவதற்க்கும் கல்விச் சான்றிதழ் கேட்பார்கள். அவை வேந்தன் போன்றோர் நினைக்கக்கூடாத விடுதிகள். அதைவிடுத்து வீதிகள் எங்கும் அன்றாட வாடிக்கையாளரை வைத்திருக்கும் உணவு விடுதிகளில் தான் கஃபே குடிப்பது போல் சென்று ஒரு கஃபே யை குடித்து முடிக்கும் இடைவெளியில் அங்கிருக்கும் பரிசாரகரிடம் நான் வேலை தேடுகிறேன் என்ற சேதியை மிகக்கவனமாக வெளியிட முடியும். அதற்கு அந்தப் பரிசாரகர் முதலில் முகமலர்ச்சியோடு இருக்கவேண்டும். அவரின் மனநிலையை ஒரு கஃபே குடிக்கும் இடைவெளியில் அறிந்துவிடவேண்டும். கடந்த 18 மாதங்களாக பாரிஸ் கற்றுக்கொடுத்த தொழிற்கல்வி அது.

பாரிஸில் உள்ள உணவகங்களில் பரிசாரகர்களும் இந்த வகை வேலை தேடுவோரை அறிந்தே இருப்பர். ஒரு தமிழரைக் கண்டால் அவர்களே உனக்கு கஃபே வேண்டுமா? என்பார்கள். இல்லையென்றால் அவர்களாகவே வேலை வேண்டுமா ?

என்பார்கள். தலையை ஏதாவது ஒரு பக்கம் ஆட்டினால் பாடமாக்கி வைத்திருக்கும் வார்த்தையை கொஞ்ச நேரமும் எடுத்துக்கொள்ளாமல் 'வேலையாட்கள் நிறைந்துள்ளார்கள். வருந்துகிறோம்' என்பார்கள். அவர்கள் வருந்துவதற்கான எந்த முக ஓட்டமும் அவர்களிடம் தெரியாது. சிரித்துக்கொண்டே அருகில் இருக்கும் வாடிக்கையாளர்களிடமோ, சக தொழிலாளர்களிடமோ 'இவன் ஶ்ரீலங்கன்' என்று அடித்துச் சொல்லும் சத்தம் கிணற்றுக்குள் இருந்து வரும் சத்தம் போல் காதை வந்தடைந்து விடும். அப்போது தான் இலங்கையில் பிறந்ததற்காக பெருமை கொள்ளும் தருணமாக இருக்கும்.

முதல் அனுபவங்கள் மனதுக்குள் கிளைமோர் வெடித்தது போல் இருந்தாலும் அதுவே தொடரத் தொடர யுத்தப்பகுதியில் AK47 சூட்டுச் சத்தம் கேட்பது எப்படி இயற்கையானதோ அப்படி இயற்கையானதாய் மாறிப் போய்விடும். அப்படிப் பழகிப்போன மனதை மேலும் பண்படுத்தி வைத்திருக்கும் வேந்தனுக்கு இதெல்லாம் வெட்கம், வேதனை என்பதைத்தாண்டி அகதித்தர்மம், தேடுதல் ஒரு அனுபவம், தோல்வி ஒரு விடுதலை என்று ஆற்றுப்படுத்தியிருந்தது அழகுக்கற்களின் இருப்பிடமான பாரீஸ் நகரம்.

வேந்தன் நதிக்கரையோரம் இருக்கும் உணவு விடுதிகளைக் குறி வைத்தான். வாய்ப்புக் கிடைத்தால் நதிக் கரையோரமாக வேலை செய்யும் வாய்ப்பு கிடைக்கட்டும் என்று நினைத்துக்கொண்டான். முதலாவதாக இருந்த உணவு விடுதி திருவிழாக்கோலம் பூண்டிருந்தது. தனது தோற்றத்தை சிறிது சீர்படுத்திக் கொண்டான். முகத்தில் புன்னகையை கொஞ்சம்

பூசிக்கொண்டான். அந்த விடுதியின் 'பார்' இருக்கும் இடத்தில் நகர்ந்து அங்கே குவளைகளை சுத்தம் செய்து கொண்டு நீண்ட கை கால்களில் கட்டுமஸ்தான உடல்வாகில் ஒருவன் இயந்திர கதியில் இயங்கி கொண்டிருந்தான். அவன் முகத்தில் புன்னகையும் இருந்தது. சரியான நபராக இருப்பான் என்று நினைத்துக்கொண்டான்.

தயவுசெய்து எனக்கு ஒரு கஃபே கொடுப்பீர்களா?

ஆம் நிச்சயம்! அமருங்கள் கனவானே!

நன்றி!

இதோ உங்கள் கபே. இதற்கான கட்டணம் 1. 75 .

தனக்கு மேலும் பிரஞ்சு மொழி தெரியாது என்பதற்காக 'தேங்க்யூ' என்று வேந்தன் தன் இராஜதந்திர நடவடிக்கையை ஆரம்பித்தான். சற்று தயங்கி பின்பு அந்த வார்த்தையை தேடிக் கண்டுபிடித்து

'யூ ஆர் வெல்கம்' என்றான் பரிசாரகன்.

ஒரு பிரெஞ்சுக் கஃபேயை பத்து நிமிடம் தாண்டியும் குடிக்க முடியுமா என்ன? அந்த சிறிய குவளைக்கு அந்த நேரமே அதிகம். கஃபேக்காக இரண்டு யூரோக்களை கொடுத்துவிட்டு மீதியை நீங்கள் வைத்திருங்கள் என்றுவிட்டு விடயத்துக்கு வந்தான்.

கனவானே! நான் வேலை தேடுகிறேன் தங்கள் விடுதியில் அது இருக்குமா?

அந்தக் கட்டழகன் நெருங்கி வந்தான். தனது ஆங்கில அறிவை பரிசோதிக்க அவன் தயாராகிக் கொண்டிருந்தான். பின்பு,

நீங்கள் எங்கிருந்து வருகிறீர்கள்?

- பாரிஸ்.

இல்லை. உங்கள் நாடு எது?

- ஸ்ரீலங்கா என்கிறார்கள்.

அது இந்தியாவா?

- இல்லை. அதற்கு கீழே கடலுக்குள் அது இருக்கிறது. இன்னும் மூழ்கவில்லை.

உங்களிடம் வதிவிட துண்டு ஏதாவது இருக்கிறதா?

- ஆம். அது அகதிகளுக்கான வதிவிடத்துண்டு.

நீங்கள் அகதியா?

- ஆம். இலங்கைக்குள்ளும் அகதி. அதற்கு வெளியிலும் அகதி.

வேலை செய்த அனுபவம் உண்டா?

- இல்லை. முற்றிலுமாக இல்லை.

அப்போ என்ன வேலை செய்வீர்கள்?

- எந்த வேலை எனினும் வேகமாகக் கற்று, விவேகமாகச் செய்வேன்.

பாரிசில் வேலை செய்திருக்கிறீர்களா?

- பாரிசில் 18 மாதங்களாக அந்த வாய்ப்பை யாரும் தரவில்லை.

சற்றுக் காத்திருங்கள் எனது சமையலறை தலைமையாளரிடம் பேசிவிட்டு வருகிறேன்.

வேந்தனால் அதிர்ச்சியை தாங்கமுடியவில்லை. இத்தனை நாட்களில் ஒரு உணவு விடுதி இத்தனை கேள்விகளைக் கேட்கவுமில்லை. அவனிடம் காத்திருங்கள் என்று யாரும் ஒருமுறைகூட சொன்னதுமில்லை. ஆதரவான செயல். இந்த நகரத்தில் இன்று இல்லாவிட்டாலும் ஒரு நாள் வேலை கிடைக்க வாய்ப்புண்டு என்று நினைத்துக்கொண்டான். அதற்கிடையில் வேலை கிடைத்தால் தனக்கு ஏற்படப்போகும் மாற்றங்கள், இருப்பிடத்தை எப்படி அமைப்பது? என்று நினைவுகள் நீண்ட பெட்டிகளை இழுத்துச் செல்லும் சரக்கு வண்டிகளைப்போல் கற்பனைகளை இழுத்துச் சென்று கொண்டிருந்தது.

வாட்டசாட்டமான அந்தப் பரிசாரகன் வேந்தனை நோக்கி வந்தான்.

அவன்-

'மன்னிக்கவும். இப்போது இங்கு வெற்றிடம் இல்லை. ஆனால் தங்கள் தொலைபேசி இலக்கமிருந்தால் தாருங்கள். தங்களுக்கேற்ற வெற்றிடம் வந்தால் அழைக்கிறேன். இந்த உணவகத்தின் முதலாளி நான் தான்' என்றான்.

'பரவாயில்லை. இத்தனை நாட்களில் என் தொலைபேசி எண்ணை பெற்றுக்கொண்டவர் நீங்கள் தான். அதைவிட இப்படிச் சினேகமான ஒரு முதலாலியுடன் வேலை செய்ய நான் காத்திருக்கிறேன்' என்றான்.

என் பெயர் பிலிப். நீங்கள்?

- நான் வேந்தன்!

நல்லது வே..ந்..த..ன் நாம் விரைவில் சந்திப்போம்.

- உங்களுக்கு நன்றி. சந்திப்போம்.

வேந்தன் மனதில் நூறு மீட்டர் ஓட்டப்பந்தயத்தில் வெற்றியீட்டிய நிறைவோடு மனம் பெருமிதம் அடைந்து கொண்டிருந்தது. அந்த உணவு விடுதியை விட்டு மெல்ல நகர்ந்தான்.

நதிக்கரையோரம் நடந்து கொண்டேயிருந்தான். மனிதர்கள் குறைந்தபோது புல்வெளி இருந்தது. நதியின் ஓரம் இருந்த மருதமரத்தின் கீழ் இருக்கை ஒன்று தனியே இருந்தது. அதில் சென்று அமர்ந்தான். நதியில் சிலர் படகுச்சவாரி செய்துகொண்டிருந்தனர். நடுவே நதி ஒரு தீவை வைத்திருந்தது. அங்கு மனிதர்கள் போவதும் வருவதுமாக இருந்தனர். அவனுக்கு பசி மெதுவாக வளர்ந்துகொண்டு வந்தது. நதியின் தீவில் சென்று உணவருந்துவோம் என்று நினைத்தவாறு அங்கே சென்றான். அதில் உள்ள குன்றில் ஏதோவொரு மன்னன் கட்டிய கோட்டை நினைவகமாக இருந்தது. எத்தனையோ போர்கள் நடந்தாலும் எந்த மன்னனின் கோட்டையும் எந்த மன்னனும் அழிக்கவில்லை. 16 ம் லூயி கொடியவன் என்று கழுத்து வெட்டிக் கொன்றார்கள். அவனைக் கொன்றவர்களையும் கொன்றார்கள். ஆனால் மன்னராட்சி நினைவிடங்களை பொக்கிசமாக காக்கிறார்கள் என்று தனக்குத் தானே பேசிக் கொண்டு நகர்ந்த போது, லு பல்த்தோ என்று எழுதப்பட்ட உணவகம் அங்கிருந்தது. ஒரு கப்பலில் இருந்து உணவு அருந்துவது போல நதியின் நடுவில்

உள்ள உணவகத்தில் உணவருந்துவது கொடை என்று நினைத்துக்கொண்டான்.

ஊரில் வரிசையில் நிற்பது ஒன்றும் புதிதல்ல. ஆனால் இங்கு உணவருந்த வரிசையில் காத்திருந்தார்கள். அவனும் காத்திருந்து ஒரு இடத்தை பெற்றுக்கொண்டு உணவுப் பட்டியலைப் பார்த்தான். மீண்டும் எழுந்து சென்று விடமுடியாது. ஒரு அழகிய இளம்பெண் வேந்தனின் மேசையை பொறுப்பெடுத்திருந்தாள். அப்படி எழுந்து செல்வது எவ்வளவு கொடுமையானது? இளம்பெண்ணிடம் அவமானப்படுவதை அவன் விரும்பவில்லை. தன்னிடமுள்ள முழு பணத்தையும் நினைவில் வைத்துக்கொண்டு அந்த அட்டையில் இருந்த ஆக குறைந்த விலையுடைய உணவை வேண்டிக்கொண்டான்.

அந்தப்பரிசாரகி புன்னகையில் முகத்தை வைத்திருந்தாள். வேகமான நடையிலும், லாவகமான பேச்சிலும் சுழன்று சுழன்று உணவுத் தட்டுகளை எடுத்து வருவதும் அந்த உணவகத்தை அழகாக்கிக் கொண்டிருந்தது. அவள் கரத்தால் உணவு பெற்று உண்டவர்கள் அவர்களை எந்த மோசமான உணவையும் அருமையானது என்றே சொல்வார்கள். இப்போது வேந்தனுக்கு உணவுப் பசி நின்று போயிற்று.

ஒரு அகதி முதல் முறை உணவகத்தில் உணவருந்துவது பெரும் போராட்டத்திற்குரியது. பிரெஞ்சுக்காரன் உணவு முறையை மூன்று பகுதிகளாக பிரித்திருப்பது அவனுக்குத் தெரியாது. அவள், கனவானே! என்ன பானம் குடிக்கப் போகிறீர்கள்? வேந்தனுக்கு புரிந்து விட்டது. இது ஒரு ஆபத்தான நிலைக்கு கொண்டு சென்று விடப்போகிறது. அந்த குறைந்த

விலையைத் தேடி உணவுப் பட்டியலில் இருந்த உணவைக் காட்டி அதை மட்டும் தாருங்கள் என்றான். அவளின் பிரெஞ்சு வார்த்தைகள் ஆங்கிலத்தில் ஒரே நொடியில் வெளிப்பட்டது. இரு மொழியை இணையாய் உச்சரிக்கும் உதடுகள் அழகை எல்லையை கடக்க வைத்தது. அப்போது அந்த பரிசாரகி -

நீங்கள் எங்கிருந்து வருகிறீர்கள்?

- பாரிஸ்!

இல்லை உங்கள் நாடு எது?

- தெரியவில்லை!

புரியவில்லை!

- நான் ஒரு நாடு தேடிக்கொண்டிருக்கிறேன்.

அப்படியென்றால்?

- நான் ஒரு நாடற்றவன்.

எப்படி?

- நான் ஒரு அகதி!

ஓ.....அப்படியா? வருந்துகிறேன்.

- நன்றி!

நீங்கள் பாகிஸ்தானியா?

- இல்லை. இலங்கையன்.

உங்கள் நாட்டில் யுத்தம் நடக்கிறதல்லவா?

- இல்லை. யுத்தத்திற்குள் என் நாடு இருக்கிறது.

வருந்துகிறேன்.. வருந்துகிறேன்..

இந்த உரையாடல் முடிந்தபோது, பாரிஸில் இருப்பவர்களை விட இந்த நகரத்தில் மனிதர்களோடு பேசுகிறார்கள். மனிதரோடு மனிதர் பேசுவதே எவ்வளவு சுகமானதும் சுதந்திரமானதும் என்று நினைவுகள் அவனுக்கு வந்திற்று.

அழகிய பரிசாரகி ஓர் அற்பமாக இருக்கிற வாடிக்கையாளனையும் அறிகிற விருப்பத்தில் உள்ளதை நினைத்துக் கொண்டே இருந்தான். உணவுத்தட்டு வெற்றிடமாக இருந்தது. பரிசாரகிக்காக காத்திருந்தான். அப்போதுதான் அந்த சிந்தனை வந்திற்று. ஏன் இந்தப் பரிசாரகியிடம் வேலை பற்றி விசாரிக்கக்கூடாது? அவள்முகம் மனிதர்களை நேசிப்பதாக இருக்கிறது. உணவுக்கான பற்றுச்சீட்டுடன் அங்கே அவள் வந்தாள்.

மந்மொசல் (இளம்பெண்ணே) உங்களிடம் ஒன்று கேட்க விரும்புகிறேன்.

சொல்லுங்கள்!

- நான் ஒரு வேலை தேடுகிறேன்.

உங்களுக்கு என்ன வேலை தெரியும்?

- ஒன்றும் தெரியாது. ஆனால் கற்றுக்கொள்வேன்.

அவள் தன் பற்கள் முழுவதையும் காட்டிவிட்டு எதிர் இருக்கையில் அமர்ந்தாள்.

இந்த உணவகத்தில் இன்று உணவுத்தட்டு கழுவும் நபர் வரவில்லை. அந்த இடம் இருக்கிறது. உன்னால் முடியுமா?

அதைப் பெற்றுத் தந்தால் நான் உனக்கு கடமைப்பட்டவனாவேன்.

காத்திரு! நான் முதலாளியிடம் பேசிவிட்டு வருகிறேன்.

வேந்தன் உடல் இரண்டு இதயங்களில் இயங்கியது. ஒரு தீவில் இருந்து வந்தவனுக்கு ஒரு நதியின் தீவில் வேலை கிடைப்பது எவ்வளவு பெரிய கொடை. அது எந்த வேலையானாலும் செய்து விடும் முடிவில் அவன் காத்திருந்தான். அவள் மலர்ந்து கொண்டிருக்கும் தாமரை போல அங்கு வந்து சேர்ந்தாள்.

உன்னால் இப்பொழுதே வேலையை ஆரம்பிக்க முடியுமா?

- நிச்சயம்.. நிச்சயம்...!

என்னோடு வா! அதற்கு முன் உன் பெயர் என்ன?

- வேந்தன்!

இளம்பெண்ணே உன் பெயர் என்ன?

- பஸ்கலின்!

அவர்கள் 2

ஒரு பசுவின் பின்னால் பசியோடு செல்லும் கன்று போல வேந்தன் சென்றான். அங்கே வேலை செய்து கொண்டிருந்த பரிசாரகர்கள் உணவருந்த வந்தவனை அழைத்துக்கொண்டு நிலக்கீழ் அறைக்கு அழைத்துச் செல்லும் பஸ்கலினைப் பார்த்து குழுகுக்குறியில் ஏதோ கேட்டார்கள். அவளின் பதில் சிரிப்பு கேள்வியை உணர்த்திக் கொண்டிருந்தது. அந்தச்சூழல் அவனுக்கு பெண்மையைக் கொண்டு வந்திருந்தது. அதை ஆண்மையால் மறைத்துக் கொண்டு நகர்ந்தான்.

நிலக்கீழ் அறைக்குச் செல்லும் பாதை ஒருவர் செல்லும் அளவிலும் செங்குத்தாகவும் இருந்தது. பனிக்கட்டிச்சறுக்கலில் ஈடுபடுபவள் போல் அவள் வேகமாக இறங்கி விட்டு திரும்பிப் பார்த்த போது வேந்தன் கண் தெரியாதவர் சாலை கடந்து வருவது போல வந்து கொண்டிருந்தான். அவன் நிலையைப் பார்த்துவிட்டு 'அவதானம்! என் கையைப் பற்றிக்கொள்' என்றாள். இதுவரை இளமை வந்தும் ஒரு இளம்பெண்ணின் கையை ஒருபோதும் பற்றாதவனுக்கு அது சங்கடங்களுக்குரியது. ஆனால் எத்தனை லாவகமாகவும் சக மனிதனை பாலியல் பார்வையற்று பண்புப்

பார்வையால் அணுகும் அவளது முறையும் அவனுள் ஒரு பெரும் வெடிப்பை நிகழ்த்தியது. அதன் வெளிப்பாட்டை காட்டிக்கொள்ளாமல்,

‘இல்லை. பரவாயில்லை, என்னால் முடியும்.’

‘வே..ந்..தன் கை கொடு. இங்கே நீர் சிந்தி இருக்கிறது. நீ விழுந்து விடுவாய்.’

அவன் தன் வலது கரத்தை நீட்டினான். அவள் தன் இடது கரத்தால் அவனைத்தாங்கி மீட்டெடுத்தாள். சில தொடுதல்கள் தொழுகைக்குரியன. சில தொடுதல்கள் கெடுதலுக்குரியன. அவனுக்கு அது முதல் தொடுதலாய் முக்தி பெற்றது.

கீழ் அறையில் கப்பலின் எந்திர அறையில் மனிதர்கள் வேலை செய்வதுபோல நான்கு பேர் வியர்வையில் நனைந்து வேகம் காட்டிக் கொண்டிருந்தனர். அது பிரம்மாண்டமான சமையலறை. தலைமையாளர் கோட்டையைப் பிடிப்பது போல அடித்தொண்டையால் கட்டளைகளை இட்டுக்க்கொண்டிருந்தார். அதற்கு பதிலாக ‘ உய் செப் ‘ என்ற பதில்கள் வேறு வேறு குரல்களில் வந்துகொண்டிருந்தது.

பஸ்கலின் அதற்குள் இருக்கும் அறை ஒன்றுக்குள் அழைத்துச் சென்றாள். ஐம்பது வயது மதிக்கத்தக்க பிரெஞ்சு மனிதர் உடலெல்லாம் வெப்பத்திலும், வியர்வையிலும் ஆவியிலும் சிவந்த நிலையில் நின்றிருந்தார். அவரைச்சுற்றி ஒருபுறம் சமைத்த பாத்திரங்கள், மறுபுறம் கத்தி, கரண்டிகள். மற்றொருபுறம் உணவருந்திய தட்டுக்கள். இவற்றுக்கு நடுவே நின்று முற்றுகையிடப்பட்ட மன்னர் தனியே யுத்தம் செய்வது போல் மனிதர் போராடிக் கொண்டிருந்தார். அவரிடம்..

'பெத்ரோன்! இங்கே பார். இவர் தான் அந்த மனிதர். பெயர் வேந்தன். ஆங்கிலத்தில்தான் அவரோடு பேச முடியும்' என்றாள். பின்பு வேந்தன் பக்கம் முகம் காட்டி அவள் வேந்தனை பார்த்து,

'வேந்தன்! இவர் பெத்ரோன். இவர் தான் இந்த உணவகத்தின் முதலாளி.' இந்த தொழில் செய்பவர் திடீரென்று வராததால் இங்கே வேலை செய்கிறார்.

பெத்ரோன், 'உங்களை வரவேற்கிறேன்' என்றார். பின்பு அவர் பிரெஞ்சுப்பாசையில் அவளுக்கு சினேக மொழியில் ஏதேதோ பேசிவிட்டு அவளுக்கும் எனக்கும் 'மிக்க நன்றி' என்றுவிட்டுத் தோளில் இருந்த சிறிய வெண்துண்டை மற்றத்தோளில் மாட்டிக்கொண்டு படியால் மேல் ஏறிக் கொண்டிருந்தார்.

'பெத்ரோன், என்னை எப்படி இந்தக் கழுவும் இயந்திரத்தைப் பயன்படுத்துவது என்று உனக்கு காட்டி கொடுக்குமாறு கூறினார். தொடர்ந்து வேலை சம்பந்தமாக மாலை பேசுவோம். உனக்கு நன்றியையும் தெரிவிக்கச் சொன்னார்' என்றாள்.

அவன் அவளைப் பார்த்து ஆச்சரியத்தோடு, இவர் தான் இதன் முதலாளியா? என்றான். அவள் அதில் என்ன சந்தேகம்? என்றாள். வேந்தனுக்கு இந்த மனிதர்களை புரிந்து கொள்வது புதிராகத்தான் இருந்தது. 'நன்றி' என்ற வார்த்தையைப் பயன்படுத்தும் முதலாளிகளும், ஆகக் கடினமான தொழிலாளியின் வேலையைச் செய்யும் முதலாளியும் அவன் அனுபவங்களில் இல்லை என்றுதான் நிறுவப்பட்டிருந்தது.

பஸ்கலின் கழுவும் விதிகளைக் கற்றுக்கொடுத்தாள். மருந்தை

எப்படி பயன்படுத்துவது? எந்தப் பாத்திரங்களை எந்த முறையில் அடுக்குவது? கழுவியவற்றை அடுக்கும் முறை எது? கத்தி, கரண்டியை எந்த வெப்பத்தில் ஊறவைத்து எப்படித் துடைப்பது? அதற்கொன்றும் அதிக மூளை தேவைப்படாவிட்டாலும் விவேகம் இல்லாவிட்டால் வேகம் குறைந்தது ஐந்து மணி நேர வேலையை பத்து மணிநேரம் செய்யும்படி ஆகிவிடும். அவனுக்கு அவன் தாயும், அம்பிகா அம்மாவும் சட்டி, பானை கழுவும் காலைக் காட்சிதான் நினைவை முட்டி நின்றது.

காலை வேளைகளில் எல்லா பாத்திரங்களையும் குசினியின் ஒதுக்குபுறம் கொண்டு சென்று குவிப்பார்கள். குண்டிப் பலகையோடு அங்கு சென்று குந்துவார்கள். வாளியில் தண்ணீர் இருக்கும். அங்கே தென்னம்பொச்சின் துண்டும் இருக்கும். பாத்திரம் கழுவும் கரிப்பசை அல்லது மணல். அதைப் பொச்சால் தொட்டு தொட்டு உரஞ்சுவார்கள். அது இருந்த நிலையை விட மோசமாகத் தெரியும். பின்பு ஒரு வாளித் தண்ணீரால் முதலாம் கழுவல். பின்பு மறுவாளித் தண்ணீரால் இறுதிக் குளியலை பாத்திரங்கள் முடித்து அட்டாளையில் காய வைப்பார்கள். பாத்திரங்கள் மின்னிக் கொண்டிருக்கும். இந்தக் காரியங்கள் ஒரு கவிதை போல நடந்து முடியும். செயற்கையான பொருட்களோ, நெகிழியோ அற்ற இயற்கை வாழ்வு நாட்களும், அவனை வளர்த்த தாய்களும் கண் முன்னே வந்து நின்றார்கள். ஒரு நாள் கூட அந்த வேலையைச் செய்யாதது அவனை நெக்குருக்கியது.

‘முடிந்தவரை இவற்றைச் செய். ஏதும் புரியாவிட்டால் மேலே வந்து என்னை அழை. தயங்காதே! இதோ உனக்கான உடை, பாதணி. உனக்கு என் வாழ்த்துக்கள். உன்னால் முடியும்’

என்றுவிட்டுப் படியேறினாள்.

உனக்கு என் பெரிய நன்றி.

- ஏற்றுக்கொள்கிறேன். மகிழ்ச்சி.

வேந்தன் குருவை சந்தித்தபோது நொடிகளில் துறவியாகும் சீடன் போல் அவளைச் சந்தித்த நொடியில் இருந்து அவன் மாறிப்போனான். தன் புதிய உடையைச் சரிப்படுத்திக்கொண்டு சட்டி, பானை கழுவ ஆரம்பித்தான். அப்போது நேரம் மாலை ஆறு மணி முப்பது நிமிடங்கள். பாரிசுக்குத் திரும்புவதற்கான TGV புறப்பட்டிருக்கும். அதில் ஒரு இருக்கை காலியாக இருக்கும் என்று நினைத்துக் கொண்டான்.

அன்று இரவு பத்து முப்பது மணிக்கு அந்த வேலைகள் முடிவுக்கு வந்தன. அந்த நதித்தீவில் உணவு விடுதியில் வேலை செய்பவர்கள் மட்டுமே இருந்தார்கள். பெத்ரோனும் பஸ்கலினும் அங்கு வந்தார்கள். தனது 18 மாத தேடலில் கிடைத்த சட்டிபானை கழுவும் வேலையை 24 வருட உயிரையும் திரட்டி வேந்தன் முடித்திருந்தான். அவர்கள் முகத்தில் மகிழ்ச்சி இருந்தது. அவன் முகத்தில் வெற்றி இருந்தது.

நலமா வேந்தன்?

- ஆம்.

'இப்போது இந்த குசினி அறையின் சக தொழிலாளர்களை அறிமுகப்படுத்துகிறோம். இவர் மக்ஸ், தலைமைச்சமையலாளர். இவர் அதிரியன், உதவிச் சமையலாளர். இவர் வன்சோன், இனிப்பு வகைக்குரியவர்.'

எல்லோரும் கை கொடுத்து மகிழ்ச்சியை தெரிவித்து நாளை சந்திப்பதாக விடைபெற்றுச் சென்றார்கள். அங்கு பெத்ரோனும், பஸ்கலினும் எஞ்சி நின்றார்கள். நாளை மாலை 3 மணிக்கு உங்கள் வேலைக்கான உத்தரவாத உரையாடலைச் செய்வோம். பெத்ரோனின் செய்தியை ஆங்கிலத்தில் மொழிமாற்றம் செய்து விட்டு பஸ்கலின் கேட்டாள்,

நீ எங்கே இருக்கிறாய்?

- பாரிசில்!

ஓ லா.. லா..! (வியப்பு ஒலிச் செய்கை) எங்கே தங்கப்போறாய்?

- தெரியவில்லை.

பாரிசில் யாருடன் உள்ளாய்?

- அகதிகளுடன்.

இந்த அதிர்ச்சியை அவர்கள் எதிர்பார்க்கவில்லை. பிரெஞ்சில் உரையாடிக் கொண்டே இருந்தார்கள். பெத்ரோன் ஒரு கியூப சுருட்டைப் பற்ற வைத்தார். பஸ்கலினின் முகம் பல உணர்வுகள் கலந்து பிரெஞ்சு மொழியில் தன் முதலாளியுடன் பேசிக் கொண்டிருந்தாள். அவளும் ஒரு வைன் குவளையில் சிவந்த வைனை அருந்தத் தயாரானாள்.

'வேந்தன்! நாம் இதற்கு ஒரு தீர்வு செய்வோம். பயப்படாதே! வைன் அருந்துகிறாயா?'

'இல்லை.'

'பீர் அருந்துகிறாயா?'

ஆம் என்று சொல்ல ஆசைப்பட்டது மனது. ஆனால் வேண்டாம் என்று மூளை சொன்னது.

'எனக்கு குவளை நீர் தாருங்கள்.'

'உங்களை சங்கடத்தில் ஆழ்த்தி விட்டேன். என்னால் இந்த இரவை இங்கே தங்கி விட முடியுமா? அதற்கு முதலாளி அனுமதிப்பாரா? கேட்டுச் சொல்லுங்கள்.' என்றான்.

அவள் அதை மொழி மாற்றினாள். பெத்ரோனைப் பிரெஞ்சு மொழியில் சென்றடைந்தபோது அவர் அருகே வந்து தான் ஒரு வழியை கண்டு பிடிப்பேன் என்று விட்டு அவன் தோளில் தட்டி விட்டு கியூபச்சுருட்டை உள்ளிழுத்தார். அது சிவந்து சிரித்து விட்டு புகைவிட்டது. அந்தப்புகை அழகிய ஓவியம் போல காற்றில் படம் வரைந்து விட்டு அங்கேயே கரைந்து போயிற்று. புகை ஓவியங்களுக்கு அப்பால் ஒரு சிறகு முளைத்த தேவதை போல பஸ்கலின் ஸ்ரீலங்கா பற்றிப் பேசிக்கொண்டு இருந்தாள். அவர்கள் பேச்சில் இலங்கையின் இனமுரண் யுத்தம் பேசப்பட்டுக்கொண்டிருப்பதை வேந்தன் அனுமானித்துக் கொண்டிருந்தான். அவள் தனது கைப்பேசியில் ஒரு ஒளிப்படத்தை தேடிப் பெத்ரோனுக்குக் காட்டினாள். அவரின் முகம் ஆச்சரியக்குறிகளை வெளியிட்டுக் கொண்டிருந்தது.

அவசரமாக அவர் ஒரு விஸ்கி குவளையுடன் அங்கு வந்து பஸ்கலினின் சேதிகளைக் கேட்டுக்கொண்டிருந்தார். அதிலிருந்து அவர் உலகச் செய்திகளைப் பார்ப்பதில்லை என்பது உறுதியாயிற்று. அவர்கள் கண்கள் சிவந்து கொண்டிருந்தது.

வேந்தன் கண்கள் இந்த இரவைக் கழிக்கும் ஏக்கத்திலும், தூக்கத்திலும் நிறைந்து கொண்டிருந்தது.

வேந்தன், உன்னைப்பற்றி பெத்ரோன் அறியவிரும்புகிறார். உனது குடும்பம் யாராவது யுத்தத்தில் இறந்தார்களா?

- மொத்தமும் இறந்தார்கள் என்று சொல்லமுடியவில்லை.

என்னை வளர்த்த அம்மா இலங்கையில் உள்ளார் என்றான்.

ஏனையவர்கள்?

- அவன் பதில் சொல்லவில்லை.

நதியை திரும்பிப் பார்த்தான். அது ஓடிக் கொண்டிருந்தது.

- எனக்கு ஒரு குவளை விஸ்கி கிடைக்குமா?' என்றான்.

'மன்னித்துவிடு எங்களை'

என்றவாறு ஒரு விஸ்கி குவளையை அவள் கொடுத்தாள். அவனுக்காக அவர்கள் ஆங்கிலத்தில் சியஸ் என்றார்கள்.

உன் எதிர்கால வாழ்வுக்காக என்றாள் பஸ்கலின்.

- நன்றி.

ஒரு விஸ்கிப் புன்னகைக்குப் பின் அவன் தன் கதையைச் சொல்ல ஆரம்பித்தான். அந்த கதை முடிவுக்கு வந்தபோது, ஒரு விஸ்கிப் போத்தல் முடிந்திருந்தது. ஒரு வைன் போத்தலும் முடித்திருந்தது. வானம் விடிவதற்கு தயாராகிக்கொண்டிருந்தது. அதிகாலை ஐந்து மணிக்கு பஸ்கலின் அந்த முடிவை அறிவித்தாள்.

எனது வீடு வெறுமையாக உள்ளது. நான் தனியே தான் வாழ்கிறேன். உனக்கு ஒரு அறை தர முடியும். உன் விருப்பம் என்ன?

அகதி அந்தஸ்து கேட்டவனுக்கு குடியுரிமை வழங்கியது போல அது இருந்தது. ஆனாலும் அதற்கு அவன் பதிலளிக்கவில்லை. பெத்ரோனின் வாகனம் தேர்போல நின்றது. அதற்குள் இருவரும் ஏறிக் கொண்டனர். அந்த இரும்புத்தேர் பஸ்கலினின் நதிக்கரையோர வீட்டின் வாசலில் சென்று நின்றது. இருவரும் இறங்கினர். போதை ஏறிக்கொண்டிருந்தது. தன் வாகனத்தில் இருந்து இறங்கி வந்த பத்ரோன் அவனைக் கட்டியணைத்து, அவன் முதுகை வருடி, 'மன்னித்துக்கொள்' என்றார். அவனுக்குத் தன் தந்தை அணைப்பது போல அது இருந்தது. மெஸி.. மெஸி (நன்றி.. நன்றி) என்றான்.

அவள் நிதானம் தவறாமல் வீட்டில் நுழைந்து, தன் மாளிகைக்கு அழைத்து, அவன் தூங்குவதற்கான அறையைக் காட்டினாள். அவன் கனவுபோல் நிகழும் நிஜத்தில் வீழ்ந்தான். பஸ்கலினின் தாயார் இறந்து முப்பதாவது நாள் அது என்பதும் நடாசாவின் கட்டிலில் அவன் உறங்கிக் கொண்டிருப்பதும் வேந்தனுக்கு அப்போது தெரியாது.

அவர்கள் 3

சூரியன் எல்லாவற்றையும் காட்டிக்கொண்டிருந்தது. அவன் கண்விழித்தபோது எங்கு படுத்திருக்கிறேன்? என்று அங்குமிங்கும் அலமந்து பார்த்தான். கனவுலகில் ஒரே இரவில் ராஜாவானதுபோல் இருந்தது அவன் படுத்திருந்த கட்டில். போதை கொஞ்சம் பாதை விட மூளை முன்னிரவின் நினைவுகளை மீட்டெடுத்துக்கொண்டிருந்தது. ஒரு நாளில் சந்தித்த இளம்பெண் வீட்டில் தூங்கி இருப்பது அதிர்ச்சியையும், வெக்கமுறலையும் நிறைத்துக் கொண்டிருந்தது. எனக்கு பத்து மணிக்கு வேலை என்று அறையில் மணிக்கூட்டை அதிர்ச்சியுடன் தேடினான். அது ஒன்பது மணியைக் காட்டியது. அப்போது அறைக்கதவு தட்டப்பட்டது. யேஸ்.. யேஸ்.. என்று கதவைத் திறந்தான்.

நந்தியாவட்டைச் சிரிப்புடன் அங்கு நின்றாள். அவள் உடையலங்காரம் செய்து கறுப்பு உடையில் நிற்கும் ரோஜா போல் இருந்தாள். கதவுக்குள்ளால் வாசனை ஒன்று வந்து நுரையீரலை நிறைத்தது.

'வேந்தன் உனக்கு பத்து மணிக்கு வேலை. புறப்பட வேண்டும் எனக்கு இன்று வேலை இல்லை. நீ புறப்படு. அதற்கு முன்னர் என் வீட்டை உனக்கு அறிமுகப்படுத்த வேண்டும்' என்றவாறு அவள் சென்றாள். 'அவன்,' என்னால் உனக்குத் தொந்தரவு இல்லையா?

'ஒன்றுமில்லை. நீ அதைப் பற்றி சிந்திக்காதே. இந்த அறையை நீ வைத்திருக்கலாம்.'

'அப்படியா? என்னால் நம்பமுடியவில்லை. உனக்கு என் நன்றிகள்.'

'அது ஒன்றும் இல்லை. இந்த வீட்டில் நான் தனியாகவே இருக்கிறேன். உனக்கான கபேயைத் இப்போது நான் தயாரிக்கிறேன். நீ தயாராகு.'

'நன்றி!'

'பஸ்கலின், இதையெல்லாம் நம்ப முடியவில்லை. எல்லாம் கனவு போல் இருக்கிறது. உனது பெற்றோர் எங்கே?'

'எனது தாயார் கடந்த மாதம் இறந்துவிட்டார். மீதி நான் தான்.'

'வருந்துகிறேன்!'

'நன்றி'

'நீ எப்படி வண்டி எடுத்து வேறு இடத்திற்கு செல்வது என்று நான் உனக்கு காட்டித் தருகிறேன். இன்று இரவு உன்னை உணவு விடுதியில் வந்து நான் அழைத்து வருவேன். இதோ உனக்கான திறப்பு. எடுத்துக்கொள்.'

அவள் தன்னைவிட ஒருவயது அதிகமாகவோ அல்லது குறைவாகவோ இருக்கலாம். ஆனால் அவள் அவனை விட பலமடங்கு அன்பும், ஆளுமையும், தைரியமும் செயல்களில் தெரிந்தது. இப்படியெல்லாம் ஒரு பெண் இருப்பாளா என்ற எண்ணங்கள் மோதிக்கொண்டிருந்தன.

நாடு, ஊர், மதம், நிறம், என்று அவளிடம் எந்தப் பிரிவும் இருக்கவில்லை. ஏதோ ஒரு மூலையில் இருந்து வந்த, பிரஞ்சு மொழியைப் பேசத்தெரியாத எவனோ ஒருவனைத் தன் வீட்டில் ஒரு இளம்பெண் தங்க வைக்க ஓர் நாளில் முடிவெடுக்கிறாள். அவன் மனதில் பெருங்கடலில் நீரசைவு போல் அவளே அசைத்துக் கொண்டிருந்தாள்.

அவன் குடும்பமே அழிந்தபோது அவனுக்கு ஒரு தாய் கிடைத்தாள். அவள் தன் மகன் வீரச்சாவடைந்த பின் இவன் உயிரைக் காக்க தன் உடைமைகளைத் துறந்து இவனை உயிர்காத்தாள். இங்கு யாருமற்று அலைந்தபோது இதோ நேற்றுவரை யாரென்றறியாத அந்தப் பெண் இவனைத் தன் வீட்டில் காக்கிறாள். இயற்கை பேரன்பை எப்படி விதைக்கிறது? அவன் மூளை நெக்குருகிக் கொண்டிருந்தது.

'வேந்தன் நாம் இரவு பேசுவோம். இந்த வீட்டின் எதிரில் 517 இலக்க வண்டியில் ஏறி ஐந்தாவது நிறுத்தத்தில் இறங்கினால் நீ எதிரே லு பல்த்தோ உணவு விடுதியைப் பார்க்க முடியும்.'

'உனது வீடு அழகாக உள்ளது. கபேக்கு நன்றி. உன்னை அணைத்து நான் நன்றி சொல்ல விரும்புகிறேன்.'

பஸ்கலின் ஓடிவந்து அவனை அணைத்தாள். 'உன்னைப்

பார்த்தது எனக்கு மகிழ்ச்சி’ என்றாள். வேந்தன் உடலில் ஒரு முழு அணு உலையே மின்சாரம் பாய்ச்சியது போல் இருந்தது. அவன் புறப்பட்டான். அவள் பார்த்துக் கொண்டிருந்தாள். கதவைப் பூட்டிவிட்டு வீதியின் எதிரே இருந்த தரிப்பிடத்திற்குச் சென்றான். பலகையில் 517இலக்கப் பேரூந்து வரும் நேரம் ஒரு நிமிடமாகக் காட்டியது. எதிரே இருந்த வீட்டை எட்டிப் பார்த்தான். பஸ்கலின் வாசல் திட்டில் நின்று அவனையே பார்த்துக் கொண்டிருந்தாள். அப்போது பஸ் அங்கு வந்து நின்றது. உள்ளே சென்றும் அதன் யன்னலால் அவளைப் பார்த்தான். அவள் அங்கேயே நின்று கொண்டிருந்தாள். பஸ் அவனைக்காவிச் சென்று கொண்டிருந்தது. அவன் மூளை அவளைக் காவிச்சென்று கொண்டிருந்தது.

மனதில் ஓர் தாழமுக்கம் தங்கி நின்றது. அவள் இல்லாமல் எப்படி அங்கு வேலை செய்வது? அவர்கள் பேசும் மொழியை எப்படிப் புரிந்து கொள்வது. இந்த வேலையை எப்படித் தக்க வைப்பது? இந்தநாள் வேகமாக முடிந்தால் இரவு அவள் அழைத்துப்போக வந்துவிடுவாள்.

நதியின் நடுவே லு பல்தோ தெரிந்தது. அதை நோக்கி நடந்தபோது மனதில் அச்சம் தெரிந்தது. சமையலறையில் வேலை செய்யும் மூவரும் வெள்ளை உடைகளோடு நின்றார்கள். ஒரு கையில் கபேயுடனும், மறுகையில் சிகரட்டுடனும் அன்றைய நாளைத் திட்டமிட்டுக்கொண்டிருந்தார்கள். எல்லோருக்கும் கை கொடுத்து வணக்கம் சொன்னான்.

அவர்கள் தங்களிடம் உள்ள ஆங்கில வார்த்தைகளைக் கோர்த்து பேச முயன்றார்கள். இறுதியில் அது தோல்வியில்

முடிவடைந்தது. வேந்தனால் ஒரு வசனத்தைக்கூட பிரெஞ்சில் பேச முடியவில்லை. பிறகு சர்வதேச அசைவு மொழியில் தேவையானதைப் பேசினார்கள். அதன்படி வந்திருக்கும் இறைச்சி வகை, மரக்கறி, மற்றும் இதர சமையல் பொருட்களை கீழே இருக்கும் மூன்றாம் தட்டில் உள்ள குளிர் அறைக்கு கொண்டு சென்று அடுக்கவேண்டும். பின்பு மதியம் பன்னிரெண்டுமணிக்கு கழுவும் வேலை தொடங்கும்!

அவன் முகம் இருட்டாகியிருந்தது. வந்திருக்கும் பொருட்களை இந்தச் சிறிய படிகளால் இறக்குவதென்றால் இன்று மாலை வரை இந்த வேலையை மட்டுமே அவன் செய்யவேண்டும் என்று நினைத்தபோது அங்கே முதலாளி பெத்ரோன் வந்து சேர்ந்தான்.

மன்னிக்கவேண்டும், எனக்கு ஆங்கிலம் தெரியாது. இன்று உன் வேலைகளை நானும் செய்வேன். நாளை உன்னால் தனியாகச்செய்ய முடியும் என்று ஆங்கிலமும், பிரெஞ்சும் கலந்து சொன்னான். முதலில் ஒரு கஃபேயுடன் நாளை ஆரம்பிப்போம், என்று ஒரு கஃபே குவளையை வேந்தனிடம் நீட்டினான். பெரிய புளுப்போல இருந்த குவாசோனையும் நீட்டினான். அவன் முகத்தில் முதல் நாள் அருந்திய விஸ்கியின் அடையாளம் இம்மியளவும் காணமுடியாமல் இருந்தது. வேந்தன் முகத்தைப் புரிந்து கொண்டவன் போல் குவளை நிறைய நீரைக் கொடுத்து குடிக்குமாறு சைகை காட்டினான்.

அதன் பின்பு அவனுக்கு புதிய உடைகள் வழங்கப்பட்டன. வெள்ளைச்சேட்டும், நீல ஜீன்சும், கறுப்பு இடைத்துண்டும், கறுப்புச் சப்பாத்தும் அணிந்து நின்றபோது அவனுக்கு ஊர்

நினைவு வந்து போயிற்று. வெள்ளைச்சேட்டும். நீலக்காற்சட்டையும் அணிந்த பள்ளி நினைவுகள் வந்து பாழ்படுத்திற்று. அவனோடு படித்த நண்பர்கள் முகங்கள் வந்து போயிற்று. அந்தப்பள்ளி நாட்களில் கிபீர் அடித்துச் சிதறிய தன்வீட்டை நிகேதன் அண்ணாவுடன் பார்த்துக் கதறி அரற்றியது நிகேதன் அண்ணாவின் பள்ளி உடையில் அவன் சுத்தமான தோற்றம் வந்து அவன் கண்களுக்குள் சிலநொடிகள் அலைவீசிற்று. லூவர் நதியே கண்ணீர்போல் அவனுக்குத் தெரிந்தது. அதை ஏகாந்தம் நிறைந்து பார்த்துக் கொண்டிருக்கையில் பெத்ரோன் அவன் தோளைத்தட்டி ''வேந்தன் நாங்கள் வேலையை ஆரம்பிப்போமா?'' என்றான்.

அவர் ஒரு பொத்தானை தொட்டபோது நிலத்தைப் பிளந்து கொண்டு ஒரு மின்தூக்கி அங்கே வந்து நின்றது. அதற்குள் எல்லா பொருட்களையும் தூக்கி வைத்தார்கள். பின்பு அதே பொத்தானைத் தீண்டியதும், அந்த நிலத்தை மூடியவாறு அது மறைந்தது. அவர்கள் படிகளால் மூன்றாவது கீழ்த்தட்டுக்கு இறங்கினார்கள். அங்கு ஓர் அறை குளிரூட்டப்பட்டு பொருட்கள் அழகாக அடுக்கப்பட்டிருந்தன. பெத்ரோன் அவற்றைப் பிரித்து பகுதி பகுதியாக அடுக்கினான். இன்று எல்லாவற்றையும் பார். நாளை இதேபோல் நீ செய்ய வேண்டும் என்று விட்டு, நிறுத்தத்தில் இருந்து புறப்படும் ரயில்போல் வேகமெடுத்து வேலையை ஆரம்பித்தான் அந்த விடுதியின் முதலாளி.

காலை பத்து முப்பது மணிக்கு வேலை செய்யும் எல்லோருக்கும் உணவருந்தினார்கள். மதியம் பன்னிரெண்டுமணிக்கு வேந்தன் குவிந்திருந்த

பாத்திரங்களுக்குள் நுழைந்தான். பின்பு தட்டுக்கள் நிறைய ஆரம்பித்தது. மாலை மூன்று மணிக்கு இடுப்பில் வலி ஆரம்பித்தபோது வேலைகளை நிறுத்தி எல்லோரும் புறப்பட்டார்கள். பெத்ரோன் தன்னோடு வருமாறு கூறினான். அவனது உயர்ரகக் கார் புறப்பட்டது. நோந்த் நகரத்தில் வேந்தனுக்கான மாற்றுடைகள், வீட்டுடைகள் எடுத்துக் கொள்ளுமாறு கூறினான்.

என்னிடம் அதற்கான பணம் இல்லை.

அதை நான் கொடுப்பேன்.

'உனக்கு என் நன்றி'

வரவேற்கிறேன்!

இப்படியான அதிசயங்கள் நடைபெறும் என்று வேந்தன் எதிர்பார்க்கவில்லை. பாரிசின் நகர மனநிலை அற்ற மனிதர்கள் நோந்தில் இருப்பதாக நினைத்தான். நகரங்கள் கற்களை உற்பத்தி செய்வதை புரிந்தாலும் ஒரு அகதிக்கு கிடைத்த இந்த பரிசுகள் எத்தனை உயரமானவை?

மாலை ஆறு மணிக்கு மீண்டும் வேலைகள் ஆரம்பித்தன. தட்டுக் கழுவுவதில் உள்ள நுட்பங்கள் பிடிபட ஆரம்பித்தது. தட்டுக் கழுவுவதிலும் ஓர் ஒழுங்கு, அதிலும் ஓர் தியானம் நிறைந்திருந்தது. இரவு மெல்ல நகர்ந்து கொண்டிருந்த போது அங்கே ஓர் வாசனை பரவியது. அவள்தான்... மக்ஸ், வன்சோன், அலெக்ஸ், அதிரியன் ஆகியோரிடம் நலம் விசாரித்து விட்டு அவள் அவனை அடைந்தாள். கடும் வெயில் நேரம் குளிர்க்கட்டி நீர் கிடைத்தது போல வேந்தன் உணர்ந்தான்.

'நாம் கிளம்பலாம்.'

இறுதிப் பேரூந்து வருவதற்கு பத்து நிமிடம் உள்ளது. சீக்கிரம் நீ வரவேண்டும்.

அவள் அவன் முதல் நாளை முடித்து வரும் நாட்களை அன்றிரவு ஆரம்பித்தாள். பேரூந்தில் ஏறியதும் அருகருகே அமர்ந்து கொண்டார்கள். வேந்தனுக்கு உடல் களைத்திருந்தது. மனம் திளைத்திருந்தது. தன் வாழ்வில் மின்னல்போல் நிகழ்ந்த மாற்றமும், ஒரு இளம்பெண் தனது வீட்டில் இடம் தந்ததும் அவனை ஆச்சரியங்களின் உச்சியில் நிறுத்திவிட்டிருந்தது.

'உனக்கு களைப்பாக இருக்கிறதா?'

'ஓரளவு'

'வேலை பிடித்திருக்கிறதா?'

'வேலையைத் தெரிவு செய்யும் நிலையில் நான் இல்லை. ஆனால் உங்கள் எல்லோரையும் பிடித்திருக்கிறது. என்னால் உங்களைப் பார்த்து அதிர்ச்சி கொள்ளத்தான் முடிகிறது.'

'உனக்கு என்னை பிடித்திருக்கிறதா?'

'நிச்சயம்! யார் என்று தெரியாதவனை உன் வீட்டில் தங்குவதற்கு எப்படி முடிவெடுத்தாய்?'

'தெரியவில்லை, உன்னைப் பார்த்ததும் எனக்கு அப்படித் தோன்றியது.'

'அப்படியா? எங்கள் மொழியில் இரண்டாயிரம்

ஆண்டுகளுக்கு முன்னரே ஓர் புலவன் ஒரு செய்தியைச் சொன்னான். நீ யார் என்று தெரியாது. உன் தாய்,தந்தை யாரென்று தெரியாது. ஆனால் மழை சிவந்த மண்ணோடு கலப்பதுபோல் நீ என்னோடு கலந்து விட்டாய்!'

'ஓ.. அப்படியா? உன் மொழி அத்தனை பழையதா? அது என்ன மொழி?'

'அதைத் தமிழ் என்போம். ஆங்கிலத்தில் Tamil என்பார்கள்.'

'வேந்தன்! உன் பழைய புலவர் சொன்னது ஓரளவு உண்மைதான். ஆனால் நாம் மழைநீர் போல் கலக்கவில்லையே?'

அவன் சிரித்தான். அவள் கண்களைச் சுருக்கி சங்கின் அடிபோல் உதட்டைக் குவித்தாள். அப்போது வீடு வந்து விட்டிருந்தது.

'உனக்கான அறையைத் தயார்செய்து வைத்திருக்கிறேன். உனக்குப் பிடிக்கும் என நினைக்கிறேன். குளியலறைக்குச் சென்றுவிட்டு வந்துவிடு. நாம் உணவருந்தலாம்.'

'உனக்கு எப்படி நன்றி சொல்வது?'

'அது ஒன்றும் இல்லை. அப்படிப்பேசாதே!'

அந்த அறை அலங்கரிக்கப்பட்டிருந்தது. கட்டிலில் புதிய போர்வை. அருகே சாடியில் உயிர்ப்பான ரோஜாமலர்கள். ஆணுக்குரிய ஆடைகள். உயர்தர விடுதியின் அறைபோல் வீற்றிருந்தது. அவனையறியாமல் அவன் கண்களில் தேன்துளி வந்திற்று. அவனின் பட்டுப் போயிருந்த வாழ்க்கை மரம் ஒரே நாளில் உயிர்கொண்டது போல உணர்வுகள் பூக்க ஆரம்பித்தன.

அங்கு புதிதாக அடுக்கி வைக்கப்பட்ட இரவு ஆடையை அணிந்துகொண்டு, உணவருந்தும் அறைக்குச் சென்றபோது, அவள் உணவுகளுடன் இரவுடையில் இருந்தாள். நீல மீனின் அசைவுபோல ஒளிவீசிய வானக்கண்கள், கழுத்துவரை வெட்டப்பட்டு முகத்தை தங்கத்தட்டில் தாங்குவது போன்ற அளகம், சிவப்புக்கொய்யாவின் வெட்டிவிட்ட துண்டுகள் போல் உதடுகள், கன்னத்தின் கரையோரம் கண்ணுக்குத்தெரியாமல் சாய்ந்து கிடக்கும் நாணல்கள் போல் கேசம், கறுத்த மேலுடை கட்டிக்காக்கும் அழகுகள். ஓர் இளைஞனுக்கு அது கொடுமைகள்.

தன் பார்வைகளையும், உணர்வுகளையும் முட்டிக் கிடக்கும் குளத்தில் தடுத்து நிற்கும் அணைபோல் வைத்துக்கொண்டு அவன் எதிர் இருக்கையில் அமர்ந்தான்.

'இரவுடை உனக்கு அளவாக இருக்கிறதா?'

'நல்ல அளவு, எப்படி எடுத்தாய்?'

'நான் முதன் முதலில் எடுத்த ஆணுக்கான ஆடை இது. அம்மாவும் நானும் மட்டுமே இருந்ததால் அது பற்றித் தெரியாது. ஓர் உடுப்புக்கடையில் உன் தோற்றத்தைக் கூறினேன். அவர்கள் தந்தார்கள்.'

'எதற்காக இத்தனை சிரத்தை எடுக்கிறாய்?'

'அப்படி ஒன்றும் இல்லை.'

'என் அம்மா இறந்ததும் அவள் உன்னை அனுப்பியதுபோல் எனக்கு நீ தோன்றுகிறாய்!'

அவள் கண்களில் நீர்வந்து முட்டி நின்றது. அது சிந்தாமல் இமைகள் உள்ளே திருப்பி அனுப்ப முயற்சி செய்தது. அங்கே

ஒரு அமைதி நிலவியது. மென்பேப்பர் துண்டொன்றை அவளுக்கு நீட்டினான். அதைப் பெற்றுக்கொண்டு 'மன்னித்துக்கொள்' என்றாள்.

'உண்மையில் நீதான் என்னைக்காக்க வந்தவள்போல் இருக்கிறாய். ஒரு அகதிக்கு இவையெல்லாம் அதிகம். கணணித்திரையில் பக்கம் மாறுவதுபோல் நேற்றில் இருந்து என் பக்கத்தை மாற்றிவிட்டாய். அகதிக்கு தூங்குவதற்கு இடம் கிடைப்பதே கொடை. எனக்கு அழகியின் மாளிகை கிடைத்திருக்கிறது.'

'இனி உன்னை அகதி என்று சொல்லாதே. நான் உள்ளவரை நீ அகதி இல்லை.'

'உன்னை முத்தமிட விரும்புகிறேன். தெய்வத்தை அடியவன் முத்தமிடுவதுபோல.'

'இங்கே நான் இருக்கும்போது நீ தெய்வத்தை முத்தமிட அவசியமென்ன?'

அவள் கரத்தைப் பற்றி முத்தமிட்டான். நகர்ந்து அவள் நெற்றியில் ஒரு முத்தம். மெதுவாய் அவன் கண்கள் பனித்தன. தாமரை ஒன்று வண்டை மூடிவிடுவது போல் அவள் அணைத்துக் கொண்டாள். இரவுணவு அப்படியே இருந்தது. அந்த இரவு அவர்கள் வாழ்க்கையை ஆரம்பித்து வைத்தது.

வேந்தன் கொண்டாடிக் கழிக்கவேண்டிய நாட்கள் வந்துகொண்டிருந்தாலும் அவன் உள் மனதில் தன்னை வளர்த்த அம்பிகா அம்மா பற்றிய ஏக்கம் கூடிக்கொண்டே இருந்தது. வகைதொகையற்ற மக்கள் இறந்து மீதியுள்ளோர் அப்போது முகாம்களில் அடைக்கப்பட்டிருந்தார்கள். அயல்வீட்டுக்

காரியாக இருந்த விக்கி அக்காவும் குழந்தைகளும் இறந்து கிடக்கும் படத்தை கடந்த வருடம் பார்த்ததிலிருந்து அம்மாவுக்கு என்ன நடந்ததோ என்ற ஏக்கமும் எப்படித் தொடர்புகொள்வது என்ற தவிப்பும் அவனிடம் இருந்து கொண்டிருந்தது.

அம்பிகா பற்றிய நினைவுகளோடு விடுதியில் வேலை செய்துகொண்டிருந்தபோது, அவனுக்கு ஒரு அழைப்பு வந்தது.

ஹலோ..

'வேந்தன் அகதியாக உன்னை அரசாங்கம் ஏற்றுக் கொண்ட கடிதம் வந்திருக்கிறது.'

அவனுக்கு கால்கள் வேர்போல் அப்போதுதான் நிலத்தில் நின்றது. 'மீண்டும் ஒரு முறை அதைப் படித்துச்சொல்'

'ஆமாம் நீ சட்டரீதியான அகதியாகிவிட்டாய்.'

அவன் வீரிட்டுக் கத்தினான்.

அங்கே மக்ஸ். வன்சோன், அலெக்ஸ் ஓடிவந்தார்கள். அவனுக்கு ஏதோ விபத்தென்று அவர்கள் பயந்திருந்தார்கள். அவன் முழுப்பற்களும் காதுவரை தெரியும்படி தான் அகதியான செய்தியைச் சொன்னான்.

அப்போது அலைபேசிக்குள்ளால் அவளின் குரலும் வந்தது.

'நண்பர்களே! அகதியானதிற்கு சந்தோசப்படுபவன் இலங்கைக்காரனாகத்தான் இருப்பான்' என்றாள்.

'இல்லை! இல்லை! நானிப்போது இலங்கைக்காரனில்லை.'

'இரவு சந்திப்போம்.'

'சந்திப்போம்.'

தாயின் மறு உயிர்ப்பு

2012இல் யுத்தத்தில் உயிர் மீண்டு எஞ்சியவர்களை எலும்பும் தோலுமாக அரசாங்கம் விட்டெறிந்திருந்தது. அதில் அம்பிகாவும் வந்திருந்தாள். வவுனியாவில் அவனுடன் அறிமுகமான திவாகரன் மூலம் அவன் தாயின் தொடர்பைப் பெற்றான். அவன் உடல் அப்போதுதான் முழுமையாக இயங்கிற்று.

ஹலோ.. அம்மா! ஹலோ..

'வேந்தனே.. வேந்தன்..'

எப்படி அம்மா இருக்குறீங்க?

'ஓ...என்ர பிள்ளை நல்லா இருக்கிறியா?'

- ஓம் அம்மா எனக்கு காட்டும் கிடைத்துவிட்டது...

'நீ தான் மிச்சம் தம்பி கவனமாயிரு...'

- அம்மா... நிறைய கஸ்ரப்பட்டுடிங்க என்ன.?

'எல்லாம் போச்சுதப்பா... ஒன்றும் மிஞ்சேல்ல... கழுத்தில் கிடந்த சங்கிலியோடு தான் வந்தனப்பா! இங்க எல்லாப் பெடி, பெட்டையும் செத்திற்று. உன்னோட படிச்ச ஜசிந்தன், வசந்தன்,

கோபி, சுகிர்தன், சிவா, மதன் என்று எல்லோரும் செத்துட்டினம், ஊரே காலியாக்கிடக்கு. சனமெல்லாம் சேர்ந்து மொத்தப் பிள்ளைகளுக்கும் திதி செய்தது. நிகேதன்ர படங்கள் கூட இல்லையப்பா. எல்லாம் போயிட்டு. வெறும் கையோடு வந்து நிற்கிறம்.' என்று வற்றிப்போன கண்ணீரில் மீதியை முற்றாகத் தீர்த்து முடித்தாள்.

– அழாதங்கம்மா.. நான் இருக்கிறன். உங்களப் பார்க்கனும்போல இருக்கு. விக்கி அக்கா செத்துக்கிடந்த படத்தை பார்த்தேன் செய்தியொன்றில்.

'ஓம் தம்பி. எங்களுக்கு மூன்றாவது ரென்ரில தான் அவள் தன்ர இரட்டைப் பிள்ளைகளுக்கு சாப்பாடு தீத்தீற்றுந்தவள். புருசனும் சண்டை பிடிச்சுக் கொண்டு போயிற்றார். தன்ர ஏலாத கையோட பார்க்கேலாதென்று மூத்த பொம்பளப்பிள்ளைய வேற குடும்பத்தோட விட்டிற்றிருந்தவள். பிள்ளைகள் பசியால் அழுது வடித்தபோது என்னட்டத்தான் கொஞ்ச அரிசி வேண்டி கஞ்சி காய்ச்சிக் கொடுத்தவள். காலேல செல் அடிக்கமாட்டங்கள் எண்டு ரென்டுக்க இருந்து சாப்பாடு தீத்தீற்று இருகேக்க செல் அடிச்சிற்றாங்கள். அவள் ரென்டுக்கு மேலே மூன்று செல் மாறிமாறி விழுந்தது. உடல் எல்லாம் சிதறிப் போட்டுது. அப்படியே கூட்டி அள்ளி அந்த ரெண்டுக்க தான் புதைத்தம். நாசமறுந்தார் மூத்த பிள்ளையைப் பரிதவிக்க விட்டுட்டாங்கள். அவள் இருந்தா ஊரே கலகலவெண்டிருக்கும்.' என்று உடைந்து அழ ஆரம்பித்தாள். அவனும் அழுதான்.

'இங்க எல்லார் வீட்டிலும் இளவுதான் தம்பி. இப்ப வந்து பார்த்தா வீடுகள் எல்லாம் தரைமட்டம். மரங்களைக் கூட கள்ளர் விடல. ஒரு கொட்டில் போட்டுட்டு இருக்குறன்.'

- அம்மா உங்கட பேங்க் விபரத்தை திவாகரனிட்டக் கொடுங்க. நான் காசு போடுறன்.

'நீ எப்படியய்யா இருக்கிற? உனக்கு என்ன ஆச்சுதோ? போய்ச் சேர்ந்திருப்பாயோ? யாரிட்ட கேக்குற எண்டு தவிச்சிட்டே இருந்தன். ஒருத்தரும் இல்லாத ஊரில தனிய இருக்கிறாய். கவனமா இருப்பா.. உன்னை விட்டா ஒன்றுமில்லை..' மீண்டும் அவள் குரல் அழுகையோடு கரைந்திற்று.

- நான் நல்லா இருக்குறன் அம்மா. நீங்க கவனமா இருங்க. உங்களுக்கு என்னானதோ என்று தவிச்சிட்டே இருந்தன். நீங்க வந்ததே போதும். உங்களுக்கு ஒரு போன் வேண்டித் திவாகரன் தருவான். அதை வச்சிருங்க. நான் அடிக்கடி பேசுவன்.

'ராசா அதெல்லாம் பாவிக்க தெரியாதுடா...'

- இல்லம்மா.. அதைத் திவாகர் காட்டித் தருவான். நீங்க பழகீடுவிங்க. சரியம்மா... நான் வைக்குறன். எனக்கு சந்தோசமா இருக்கு.

'சரிப்பா.. பத்திரமா இரு.'

- சரியம்மா.. வைக்குறன்.

அவனுக்கு வெறுமையும், தாயின் குரலும் சேர்ந்து புதுவகை உணர்வுகள் பெருக ஆரம்பித்தது. வீட்டின் பின் சென்று நதியில் கட்டப்பட்டிருந்த படகில் அமர்ந்து கொண்டான். அது அவனுக்கு

அவசியமாக இருந்தது. செத்துப்போனார்கள் என்று சொன்ன தன் நண்பர்கள், அயலவர்கள் முகங்களை மீட்டிப்பார்த்தான். நதியோடு பேசினான். அது ஏதோ சொல்ல வந்து விட்டு அமைதியாக நகர்ந்தது.

தாயைச் சென்று பார்க்க வேண்டும் போல் இருந்தது. அகதிகள் மீண்டும் இலங்கைக்கு செல்ல முடியாது என்று உணர்ந்த போதுதான் வேற்று கிரகத்துக்கு சென்று விட்டது போல மனம் தனித்திருந்தது. வாழ்தலின் நிஜம் எதுவென்று அவனுக்கு புரிபடவில்லை. தன்னை யாரென்று தெரியாதோர் லூவர் நதிக்கரையில் பேரன்போடு ஏற்றுக்கொண்டதையும் தான் பிறந்த நிலத்திலுள்ளோர் கொடிய ஆயுதங்களால் மக்களை கொல்வதையும் அவனால் புரிந்துகொள்ள முடியவில்லை. விசித்திரமான மனிதநிலைகள் விசித்திரமாகச் சிந்திக்கின்றன. மனிதர்களே மனிதர்களை கொல்வதை நினைத்தபோது அவன் உடலெல்லாம் புல்லரித்துப் போயிற்று. வாயிருந்தும், மொழியிருந்தும் பேசித்தீர்க்காத முரண்பாட்டு மானுடம் அவனில் கண்ணில் விழுந்த தூள்போல் எரித்துக்கொண்டிருந்தது. நதிக்கரையெங்கும் மஞ்சளும் வெள்ளையுமாகப் புற்கள் பூக்களைப் பெற்றெடுத்திருந்தன. நதியைப் பார்த்து ஆத்ம கேள்விகளைக் கேட்டுக் கொண்டிருந்தபோது ஒரு குரல் அவன் முதுகை வந்தடைந்தது. வேந்தன்.. அது மனித நதியொன்றின் குரல்.

வெகுதூரம் போனவன்

உணவு விடுதியில் பத்து வருடமாக வேலை செய்த அலெக்ஸ் இனிப்பு வகைகளுக்கு பொறுப்பானவன். அவன் விதம் விதமான கேக்குகளைச் செய்து கொண்டிருப்பான். நீண்ட மூக்கில் எப்போதும் ஒரு கண்ணாடி இருக்கும். எலும்பை விட்டு அதிகதூரம் செல்லாத சதைகள் அவனிடம் இருந்தது. அந்தக்குசினி அறையில் அதிகம் பேசாதவன். உலகம் இரண்டாகப் பிளந்தாலும் சிரித்துவிட்டு சிந்திக்கக்கூடியவன்.

பிரெஞ்சில் வசி.. வசி.. என்ற வார்த்தையை அதிகம் பயன்படுத்துவது அவனாகத்தான் இருக்கும். அபூர்வமாக சிகரெட் புகைக்காத பிரஞ்சுக்காரர்களில் அவனும் ஒருவன். எப்போதும் அவன் வெள்ளைத் தபலியில் (கவசத்துணி) ஓவியம் வரைந்தது போல வர்ணங்கள் இருக்கும். அவையெல்லாம் கேக்குகள், இனிப்பு வகைகளின் மீதிகளால் அவன் விரல்கள் வரைந்த ஓவியங்கள். அதில் இருப்பவற்றை கொண்டே ஒரு கேக் செய்துவிட முடியும்.

'தாத்தத்தான்' (Tarte Tatin) என்ற ஆப்பிள் பழத்தில் செய்யும் பிரெஞ்சுக் கேக்குக்கு பலர் அடிமையாக இருந்தனர். ஒரு குடும்பம்

அதற்காக மாதம் ஒரு முறை 100 கிலோ மீட்டர் தூரத்திலிருந்து வந்து உணவருந்தி, அலெக்ஸை அழைத்து மெசி (நன்றி) சொல்லிவிட்டுப் போவார்கள். பான்கேக், தாத்துலெத், மில்பொய், மோலுசொக்கோலா, கிறம்புறுலே. புறொபித்தறோல், தாத்புவார்சொக்கோலா என்று அவன் செய்யும் இனிப்பு வகை விதவிதமான இனிப்பு சுவைகளுக்குரியது. அதைவிட அவனே கண்டுபிடிக்கும் கேக்குகள் அவன் மூளைக்குள் நிறைந்திருக்கும்.

அவன் செய்த இனிப்பை உண்ட பனி அவனிடம் காதலாகிப்போனாள். ஒருவன் செய்த கேக்குக்காக காதலித்தது மட்டுமன்றி ஏழு வருடமாக அவர்கள் சேர்ந்து வாழ்கிறார்கள். பனி, தேர்ந்தெடுத்த ஓர் அழகி. ஒரு பூக்கூடையில் எல்லோரும் தெரிவுசெய்யும் பூப்போல் அவள் இருப்பாள். காந்திக்கண்ணாடியை அவள் தூங்கும் போதும் பிரிவாள் என்பது சந்தேகமே. சிலவேளைகளில் அலெக்ஸை தனது ஆமைக்காரில் அழைத்துப்போக வருவாள். அப்போது அவளைப் பார்த்ததும் வேந்தனால் கண்களை விலக்க முடிவதில்லை. அலெக்ஸிடம் உன் காதலி பெரிய அழகி போல் இருப்பாள் போலிருக்கிறதே என்றான். அவன் அவளை அழைத்துச் அதை சொன்னதும் அவள் ஓடி வந்து வேந்தனின் கன்னங்களில் முத்தம் கொடுத்துவிட்டு, 'நன்றி வேந்தன்!' என்றாள்.

அப்போதும் அலெக்ஸ் சிரித்துக்கொண்டிருந்தான். அவளைச் சீண்டுவதற்கு எனக்கென்னவோ பஸ்கலின் அழகு அதிகம் என்று சொன்னான். பார்த்தியா சொந்தப்பெண்களின் அழகு ஆண்களுக்கு தெரிவதில்லை என்றுவிட்டுச் சென்றாள்.

அதர் இருள்

அவர்கள் மிக இயல்பாக வாழ்ந்தார்கள். இருவரும் ஏழு வருடம் ஒன்றாக இருந்ததால் திருமணம் செய்யும் உத்தேசத்தில் இருந்தனர். இரண்டு மான்கள் முகம் மோர்வதைப் போல எப்போதும் முத்தங்களால் காலைகளையும் மாலைகளையும் கடந்து வந்தனர்.

அன்று 2015 வெயில்காலம். இரவிரவாகக் குடித்தவன் போல அலெக்ஸின் கண்கள் சிவந்திருந்தது. சிரிக்கவில்லை. வணக்கம் மட்டும் வைத்தான். பேசவில்லை. அன்று வேலை முடிந்த போது, நண்பர்களே நான் உங்களை விட்டுப் பிரியப் போகிறேன். எனது காதலி இனி நாம் ஒன்றாக இருக்க முடியாது என்றுவிட்டாள். நாம் பிரியும் தேதியைத் தீர்மானித்து விட்டோம். நான் பிரான்ஸை விட்டு பயணம் செய்யத் தீர்மானித்துவிட்டேன் என்றான்.

எல்லோரும் அதிர்ந்து போனார்கள். என்னிடத்தை வேந்தன் நிரப்புவான். பெத்ரோனிடம் எல்லாம் பேசிவிட்டேன். உங்களோடு பணியாற்றியது மகிழ்ச்சியானது. இதை நான் மறக்கமாட்டேன்.

மக்ஸ்தான் கேட்டான்,..

'எதற்கு பனி உன்னை விட்டுப்பிரிகிறாள்?'

'தெரியவில்லை ஒன்றும் தெரியவில்லை அது அவளின் தெரிவு.'

'உங்களுக்குள் ஏதும் பிரச்சனையா?'

'ஒன்றுமில்லை...... ஒன்றுமேயில்லை...!'

ஏழுவருடமாக அலெக்ஸின் இனிப்பு வகைகளால்

தெகிட்டிப்போன மலர்க்கூடையில் எல்லோராலும் தெரிவு செய்யக்கூடிய பனி வேறு தெரிவிக்காய் பனிபோல் மறைந்தபோது, அலெக்ஸ் முதுகில் ராணுவச்சிப்பாய்கள் அணிவது போன்ற பையை கொழுவிக்கொண்டு நுவல்கல்டோனியா நோக்கிப் பயணமானான்.

அலெக்ஸின் இனிப்புத்துறைக்குள் வேந்தன் புகுந்து அவன் காட்டிய வழியில் லு பல்தோவின் இனிப்புகளைத் தபலியில் (கவசத்துணி) பூசிக்கொள்ள ஆரம்பித்தான். அங்கு வேந்தனை விட யாரும் வேகமாய்ப் புலோஞ் அடிக்கமுடியாது என்று காதுகடித்துப் பேசிக்கொண்டார்கள். அவர்களே இவன் அலெக்ஸை மிஞ்சிவிடுவான் என்று பேசிக்கொண்டார்கள். 'பனி' காய்ந்து போனதால் அலெக்ஸ் வெகுதூரம் போய்விட்டான்.

எலியும் புலியும்

'லு பல்தோ' எல்லாவிதமான மருந்துகளுக்கும் பழக்கப்பட்ட எலிகள் சிலவற்றை வைத்திருந்தது. அதில் எல்லாக் குழப்படிக்கும் பழக்கப்பட்ட அங்குள்ளவர்களின் இளைய அரி பேன்றவன் அதிரியன். சலாட் பிரிவுக்குப் பொறுப்பானவன்.

எப்போதும் கெட்டவார்த்தைகளைத் தன்னைத்தானே பேசிக்கொள்ள வைத்திருப்பான். கைவசம் பல காதலிகள் சமகாலத்தில் அவனிடத்தில் இருப்பர். ஒவ்வொரு இரவும் அவனுக்கு பெத்துகள் (கெண்டாட்டம்) காத்திருக்கும். அவன் செல்லமுன் பாரிசின் வாசனை திரவியங்கள் முன்னர் சென்றுவிடும். அவன் வீட்டில் ஒரு அறையை சப்பாத்திற்கே

ஒதுக்கவேண்டியது போல் சப்பாத்துக்கொம்பனிகளை விதம் விதமாய் வைத்திருப்பவன். அடிக்கடி மாற்றிக் கொண்டிருக்கும் காதலிகளை கொலேக் (சக வேலையாட்கள்) எல்லோருக்கும் காட்டிவிட்டு தா வி செப்பா மல் (பார்த்தாயா மோசமாக இல்லை) என்று மறுமொழியைச் சொல்லிக்கொண்டு மாபெரும் சிரிப்பைக் கொட்டிவிடுவான்.

அவனது பெற்றோர் கடும் படிப்பாளர்கள். தந்தையார் வானியல் ஆராய்ச்சியாளர். தாயார் தத்துவப்பேராசிரியர். அதிரியன் அவர்களுக்கு ஒரே மகன். அவன் வீட்டில் புத்தகங்களும் இரண்டு மலாத்துக்களும் (நோயாளிகள்) இருக்கின்றன. என்று அடிக்கடி சொல்வான். அவன் பெற்றோர் அவனை எதற்கும் தடுப்பதில்லை. உன் வாழ்க்கையை நீதான் தீர்மானி என்று பெற்றோர்கள் கூறிவிட்டு தங்கள் வேலைகளைப் பார்க்க ஆரம்பித்துவிடுவார்கள். கடும் செல்வத்தோடு எல்லா வசதிகளையும் வைத்திருந்த அதிரியன் தான் சமையற்கலை கற்கப்போகிறேன் என்றபோது அவர்கள் வாழ்த்தி வழியனுப்பி வைத்தார்கள்.

பயில்வானுக்கு பதினெட்டு வயது நிறைந்துவிட்டபோது தமது மகனுக்கு அவர்கள் அதுவரை காலத்தில் குதிரையேற்றம், கராத்தே, வயலின், டெனிஸ் என்று நிறைந்த பணத்தை பறிக்கும் எல்லாக் கலைகளையும் ஊட்டிவிட்டனர்.

பதினெட்டு வயது பிறந்த நாளை விமர்சையாகக் கொண்டாடிவிட்டு மறுநாள் அவனை அழைத்து பேரறிவிப்பொன்றைச் செய்தனர். 'மகனே! எம்மால் முடிந்தவரை சிறப்பாக பார்த்துவிட்டோம். இனிமேல் உன்னை நீயே பார்க்க

வேண்டிய காலம் வந்துவிட்டது. இது எங்களுடைய வீடு. நீ ஒரு இருப்பிடம் தேடிச் சென்றுவிடு, உனக்கு மூன்று மாதகால அவகாசம் தருகிறோம்.'

அதிரியன் அதை எதிர்பார்க்கவில்லை. அடிக்கடி கனியே! என் மகனே! என்றழைக்கும் அம்மாவிற்கு இவ்வளவு கல்நெஞ்சா என்று நினைக்காமல் இருக்க முடியவில்லை. 'ஆறு அறைகளை வைத்துக்கொண்டு என்னைத் தனியே போ என்கிறீர்களே?' என்று தந்தையிடம் கேட்டான்.

'மகனே! நீ புரிந்து கொள்ள வேண்டும். இது எமது வீடு. உனக்கான வீட்டை நீதானே உருவாக்கவேண்டும் என்றார்.'

அப்படித்தான் அவன் தனியே வாழத் தள்ளிவிடப்பட்டான். உபரிமித உதவியாக அவன் குடிபெயர்ந்த அறையின் மூன்றுமாத வீட்டு வாடகையை தான் காட்டுவதாக பெருந்தன்மையோடு தாயார் கூறினார். கல்நெஞ்சம் பிடித்த தகப்பனுக்கு சிறிய இரக்கமும் வரவில்லை.

தனியே வாழ்ந்தபோது தான் பணத்தின், பசியின் அருமை தெரிந்தது. வேகமாகத் தன் உணவுக்கலையைக் கற்றுக்கொண்டு அவன் முதல் களமாட வந்த தளம் தான் லு பல்தோ.

அதிரியனிடம் இளமை செருகிவிட்ட பழக்கங்களில் ஒன்று கஞ்சா புகைப்பது. கிழமை முடிவு நாட்களில் செல்லும்போது சிறிய சரையை எடுத்து வேந்தனின் மூக்கருகில் காட்டிவிட்டு இரவு நான் வானத்தில் மிதப்பேன் என்பான்.

தனியாவா..?

என்னுடன் மூன்று தோழிகளும், ஒரு தோழனும்...!

வேந்தன் நீயும் வரலாம்.

இல்லை! நான் மிதக்க முடியாமல் விழுந்து விடுவேன்!

அறத்..! அறத்..! (நிப்பாட்டு.. நிப்பாட்டு) உனக்கு அருமை தெரியாது என்பான்.

2017இல் மோட்டார் ஓட்டுரிமைப்பாத்திரம் பரீட்சையில் சித்தியடைந்துவிட்டேன் என்று அந்த விடுதி அதிரக்கத்தினான். பின்பு புதிய உயர்ரக பிஎம்டபிள்யூ மோட்டார்வண்டியை வங்கிக் கடனில் பெற்று வீதியில் பறக்கும் ராஜவண்ணாத்திபோல வந்திறங்குவான். ஒவ்வொரு நாளும் புதிய புதிய பெயரில் புதிய புதிய இளம்கனிகள் அவனுக்காக காத்திருந்து பிருட்டம் பின்னோக்கிப் பிடைத்திருக்க அவன் முதுகில் படுத்திருந்து பயணப்படுவர். எப்போதும் காற்றை சிரிப்பலையால் கடத்திக்கொண்டிருப்பான். கடுமையான வேலைகளிலும் அவன் பேச்சு எல்லோர் கன்னங்களிலும் சிரிப்பை மூட்டிவிடும். வேலை முடிந்து ஓய்ந்ததும் ஒரு கெட்ட வார்த்தையோடு அதை முடிப்பான்.

ஒருமுறை அங்கு பதுங்கி வாழ்ந்த கொழுத்த எலி குறுக்கே ஓடியபோது பாய்ந்து சென்று அதன் வாலின் துண்டொன்றை வெட்டிவிட்டான். அந்த சம்பவத்தை தொடர்ந்து மக்ஸ் அவனை எலிவால் என்றே அழைப்பான். அதற்கும் ஒரு கெட்ட வார்த்தையைக் கொட்டிவிட்டு, அந்த எலியை உனக்கு ஒரு நாள் சலாட்டுடன் தருவேன் என்பான்.

2018 மே 18 அன்று தனது பிஎம்டபிள்யூ மோட்டாரில் புதிய

காதலியோடு நோர்மோண்டி கடற்கரைக்குச் சென்று கொண்டிருந்தபோது விபத்துக்குள்ளானான். அதன் பின் அவனால் நடக்கமுடியாமல் போயிற்று. மூளை பலமாகத் தாக்கப்பட்டதால் நினைவுகள் கலங்கியவனானான். அவன் வெட்டிய கட்டைவால் எலி வாழ்வு வலிமையால் அங்கு ஓடிக் கொண்டிருந்தது.

வேந்தன் இப்போது இனிப்புவகைகளுடன் சேர்த்து சலாட் வகைக்கும் பொறுப்பானவனானான். பெத்ரோன் அவனுக்கு உதவிக்கு ஒரு படித்துக்கொண்டு வேலை செய்யும் மக்ரோனை வேலைக்கு அமர்த்தியிருந்தான். அவன் உணவு உண்பதற்காகவே பிறந்தவன். சமையற்கலை அவனுக்கு வளைந்து கொடுக்கமாட்டேன் என்றது. அதற்கு அவனென்ன செய்வது?

மக்ரோனின் உடம்பு சற்று வசதியானது. ஒவ்வொரு சமையல் முடியும்போதும் சுத்தம் செய்யும் நேரத்தில் அவன் சில பொருட்களையும், அவனையும் தாங்கிக்கொண்டு மூன்றாவது தளத்தில் உள்ள குளிர் அறைக்குள் சென்று தூங்கிவிடுவான். அவன் எங்கே? அவன் எங்கே? என்று தேடுவதிலேயே மக்ஸ் களைத்துப்போய் விடுவான். ஒரு நாள் மதிய நேரம் வேகமெடுத்த வேலைநேரம் மக்ரோனைக் காணவில்லை. எல்லோரும் அந்த உருவம் காணாமல் போனதை தேடியபோது மூன்றாவது தளத்தில் உள்ள குளிர் அறையில் இரண்டு பாகை செல்சியசுக்குள் ஒரு பெரிய எலி தூங்கிக்கொண்டிருப்பதை பெத்ரோன் தனது தொலைபேசியில் படம் பிடித்துக்காட்டி எல்லோர் ஏக்கத்தையும் போக்கினான்.

அதர் இருள்

சமையல் தலைவர் சரித்திரம்

லு பல்தோவில் 20 ஆண்டுகளைக் கடந்தது மக்ஸின் அனுபவம். சமையலறையில் எல்லா விதத்திலும் பெரியவன் அவன் தான். தனது வேலையோடு மற்றவர்களையும் ஒருங்கிணைத்து வேகமாகவும், விவேகமாகவும் வேலைகள் செய்பவன். ஒரு கப்பல் கேப்டன் போலவும், ஓர் ராணுவத்தளபதியின் விறைப்போடும் வேலை நேரத்தில் இருப்பான். கடுமையான வேலைநேரத்தில் அவனுடன் யாரும் பேசமுடியாது. மூளை எங்கும் வேலைகளை வைத்திருப்பான். வேலைநேரம் முடிந்ததும் குழந்தைபோல் ஆகிவிடுவான்.

அவனது கதைகளை யாரும் கேட்க வேண்டியதில்லை. ஒலித்திருகி அறுந்த வானொலி போல் தன் வீட்டுக்கதைகளைச் சொல்லிக்கொண்டே வேலையை ஆரம்பிப்பான். அதிக மக்கள் வந்து வேலை வேகம் காற்றாடிபோல ஆகும்வரை அவன் தன்வீட்டுக் கதைகளைப் பேசியபடியே இருப்பான். மேசமி மா பெல் மேர்...... ஓ...ல..லா... (நண்பர்களே எனது மாமியார் இருக்கிறாவே ஐயோ.. ஐயோ) என்று தன் மாமியாரைப் பற்றி கதை

சொல்ல ஆரம்பித்தால் அது கடுமையான வேலைகளை இதமாக்கும் கதைகளாக இருக்கும்.

மக்ஸின் மனைவி பொருளியல் பட்டம் பெற்றவர். வேலை செய்வதை விட பிள்ளைகளை வளர்ப்பது அவளுக்கு பிடிக்கும் என்று ஐந்து பிள்ளைகளைப் பெற்றெடுத்திருந்தாள். அவளது பெற்றோருக்கு அவள் ஒரே மகள். ஆனால் அவர்கள் வில்லா மாளிகையில் எட்டு அறைகள் இருந்தன. அந்த அறைகளை தன் குழந்தைகளால் பொறியியல் முறைப்படி நிறைத்து விட்டாள். அவளது பெற்றோரும் அந்த வீட்டிலேயே வாழ்கின்றனர்.

அவளது தாயார் அப்பெரிய வீட்டில் ஒரேயொரு மகள் வளர்ந்ததால் இப்போதுதான் உயிர் வந்த வீடாக இருக்கிறது என்று மகிழ்ச்சியில் இருப்பவர். தன் மருமகன் வேலை விட்டுச் சென்றதும் அவனது பிள்ளைகளைப் பற்றியும், மனைவியைப் பற்றியும் முறையிடுவார். அவரின் வார்த்தைகளை கேட்காமல் அவனால் நகர முடியாது. அதனால் அவன் மாமியாரைக் காணாமல் இருப்பதற்காக எட்டு அறைகளில் ஒளிந்து வாழ வேண்டியிருந்தது. மீதி நேரத்தைப் பிள்ளைகள் பிய்த்துத் தின்றுவிடுவார்கள். திருமணம் முடித்தபோது தொண்ணூறு கிலோவாக இருந்த அவன் ஐந்தாவது குழந்தை பிறந்தபோது எண்பது கிலோவாக மாறிவிட்டான்.

தன் மனைவியை விட தன் பெல்மோர் (மாமி) தான் தன்னுடன் பேசுகிறார். அவரால் ஒவ்வொரு இரவும் அவன் வேலை முடிந்து இரவு பதினொரு மணிக்குச் சென்றாலும் காத்திருந்து அன்றைய நாளைப் பற்றிச் சொல்லாமல் அவள் தூங்கப்போவதில்லை. இளம்பெண்ணைக் கல்யாணம் கட்டி முதிய பெண்ணோடு

பேசியே என் காலம் போய்விடுகிறது... ஓ...ல..லா..மா பெல் மேர்.. என்று அலுத்துக் கொள்வான். அதற்குள் கட்டற்ற அன்பும் முட்டி நிற்கும்.

மக்ஸ் தன் பெற்றோருடன் வளராதவன். அவனைப் பெற்றுவிட்டு தாயும் தந்தையும் பிரிந்துவிட்டனர். அப்பா வீடு, அம்மா வீடு எனக் காலம் வரையறை செய்து சிறுவயதில் வளர்ந்தவன். பின்னர் அவன் அப்பாவிற்கு ஒரு குடும்பம், பிள்ளைகள். அம்மாவிற்கு ஒரு குடும்பம் பிள்ளைகள் என்றானபின் அதிகமாக அம்மம்மாவுடன் வளர்ந்தான். அம்மம்மா பிரான்ஸின் வடமேல் மூலையில் இருக்கும் சென்மிசல் என்ற அழகிய புகழ்மிக்க ஊரைச் சேர்ந்தவள். அவர்கள் குடும்பம் பரம்பரையாக சென்மிசல் ஆம்லெட் என்ற உணவைச் செய்யும் பாரம்பரிய குடும்பத்தை சேர்ந்தவர். சென்மிசல் அழகுக்கும் அதன் ஆம்லெட் ருசிக்கும் உலகில் பல பாகங்களில் வாடிக்கையாளர்கள் இருக்கின்றனர். அங்கு வளர்ந்ததால் அவனுக்கு சமையற்கலையில் அலாதி பிரியம் ஏற்பட்டது. வைத்தியப் படிப்பை குழப்பிவிட்டு அவன் சமையல் படிப்புக்கு வருவதற்கு அந்த அழகூர் காரணமாயிற்று.

செம்மறி ஆடுகள், புற்கள் ஏதோ ஓடிவிடும் என்பது போல தலை நிமிராமல் மேய்ந்து கொண்டிருக்கும். ஆங்காங்கே குதிரைகள் வயல்பட்டிகளில் மண்ணில் முளைத்த பூக்கள் போல் தெரியும். சோளக்காடுகள், முந்திரி மரங்கள், பாரம்பரியம் கரையாத குடியிருப்புகள் இத்தனையும் பார்ப்பதற்கு அத்திலாந்திக் சமுத்திரம் அனுப்பிய காற்று கண்டபடி நுழைந்திருக்கும். இதுதான் நோர்மண்டி எல்லையும், புருத்தோன்

எல்லையும் சந்திக்கும் இடத்தில் கடல் கண்ணாமூச்சி விளையாடும். தரவைக் கடல் பரந்து விரிந்திருக்கிறது. பகலில் கடல் அற்ற தரவையும், இரவில் கடலும் அங்கு ஆதி மனிதனுக்கு அதிசயம் நிகழ்த்தியது. அப்படிப்பட்ட இயற்கையின் சிரிப்புக்குள் ஒரு மலைக்குன்று நின்றது. கி.பி 709இல் அக்குன்றில் ஒரு ஆலயம் கட்ட ஆரம்பித்தார்கள். இயேசு கிறிஸ்துவை பாதுகாப்பதற்கு அவர்களுக்கு வேறு வழி தெரியவில்லை. மலையின் உச்சியில் கட்ட ஆரம்பித்த ஆலயம் இயற்கையில் இடிந்தும் முடிந்தவரை எழுந்தும் வளர்ந்தபோது, ஆங்கிலேய அரசின் கண்களில் அது பட்டுவிட்டது. பின்பு அந்த ஆலயக்குன்று மாறி மாறி யுத்தங்களைச் சந்திக்கும் அபாயக்குன்றாக மாறிற்று.

படிப்படியாக கைப்பற்றிய அரசர்களின் கோட்டையாக மாறும் போதெல்லாம் மலைக்கற்களின் குகையாக மாறியபடி இருந்தது. சூழ்ந்திருக்கும் தரவைக் கடலால் அந்நியர் தலை தெரிந்தால் அம்புகள் வம்பு செய்தன. அதையும் மீறித் தாக்குப்பிடித்தால் இரவு வந்து விடும். இரவு வந்தால் கடல் வந்துவிடும். மீதி எதிரிகளைக் கடல் கலைத்துவிடும். இத்தனை இயற்கை மீது யாருக்கு ஆசை வராமலிருந்திருக்கும்? பிரான்ஸை ஐரோப்பாவின் அரண்மனையாக மாற்றி வெர்சையிலில் மாபெரும் கோட்டையை கட்டிய 14ம் லூயி மன்னன் அக்குன்றை தனது கடுமையான கைதிகளை அடைத்து வைக்கப் பயன்படுத்தினான். கைதிகளுக்கு அருள்பாலிக்க ஆலயம் மட்டுமே அங்கிருந்தது. கைதிகளுக்குப் பரிசாக மேலும் சென்மிசல் கட்டுமானம் காத்திருந்தது.

பத்தொன்பதாம் நூற்றாண்டு வந்துவிட்டிருந்தபோது மொன் சென்மிசெல் பெருமையும் புகழும் ஆண்டவர் அருளும் கட்டிய கதையாகவும் கட்டாத கதையாகவும் எங்கும் பரவியது. நீண்ட தூரங்களிலிருந்து அடியவர்கள் யாத்திரை வந்து சென்றுகொண்டிருந்தனர். எல்லோர் முகத்திலும் பசி.. பசி.. பசி..!

அங்கு சென்று வரும் பயணிகளை ஒரு கண்ணாலும், வீட்டு வேலைகளை மறு கண்ணாலும் பார்த்துக்கொண்டிருந்த அன்னை புலார் (**Mére Poulard**) பசிகொண்ட பயணிகளின் முகத்தைப் பார்த்து பனித்துப் போனார்.

அவர் வீட்டில் வீட்டுத் தேவையையும் மீறி வஞ்சகமில்லாமல் கோழிகள் முட்டையிட்டுக் கொண்டிருந்தன. அப்போதுதான் அவருக்கு மூளையில் பூப்பூத்தது போல ஒரு சிந்தனை வந்தது. இந்த முட்டையைக் கொண்டு பசித்த பயணிகளுக்கு ஏதாவது உணவு செய்தால் என்ன? அதற்கு கோழிகளை கேட்டுக் காத்திருக்க வேண்டுமா? கடும் பசியில் வருபவர்களுக்கு முட்டையை மட்டும் வைத்துக்கொண்டு எப்படி பசியாற்றுவது?

ஒருநாள் தன் பிள்ளைகளுக்கு முட்டை பொரித்துக் கொடுக்க சட்டியில் இரு முட்டைகளைப் போட்டு அடித்தார். அதற்கிடையில் எதிரே இருந்த சென்மிசல் குன்றும், நடந்து சென்று கொண்டிருக்கும் யாத்திரீகர்களும் கண்ணில் பட, அவர்களைப் பார்த்தவாறு மனதைப் பறக்க விட்டார். முட்டையை அதிக நேரம் அடித்துக்கொண்டிருந்ததால் அது நுரையாக பொங்கி இருந்தது. நுரைத்தாலும் முட்டைதானே என்று நினைத்தவாறு தாச்சியில் வெண்ணைக்கட்டித்துண்டொன்றைப் போட்டுவிட்டு அந்த முட்டை நுரையை அதற்குள் ஊற்றினார். அந்த நுரைகள் கொழுத்த ஒம்லெட்டாக உருவாகி இருந்தது.

செய்து பயணிகளுக்கு கொடுத்தபோது, அவர்களின் வாடிய முகங்கள் மலர்ந்து போயிற்று. அன்றிலிருந்து அன்னை பூலாரின் ஓம்லெட் நோர்மண்டிக்கு பரவியது. பின்பு பிரான்ஸ் மட்டுமன்றி ஐரோப்பா எங்கும் பரவியது. நேரம் அடித்துக் கொண்டிருந்ததால் அது நுரையாக பொங்கி இருந்தது. நுரைத்தாலும் முட்டை தானே என்று நினைத்தவாறு தாச்சியில் வெண்ணெய்க் கட்டித்துண்டொன்றைப் போட்டுவிட்டு அந்த முட்டை நுரையை அதற்குள் ஊற்றினார். அந்த முட்டைகளில் பெரிதாக ஒரு ஓம்லெட் உருவாகியிருந்தது.

அவற்றைத் தன் பிள்ளைகளுக்கு கொடுத்தபோது, அவர்கள் ருசியாலும் நிறைவாலும் மகிழ்ந்து போனார்கள். அந்த விபத்தில் அன்னை பூலாருக்கு புதிய முட்டை உணவு மட்டும் கிடைக்கவில்லை, இதையே பயணிகளுக்கும் செய்து கொடுத்தால் என்ன என்று சிந்தித்துக்கொண்டு தூங்கப் போனார். மறுநாள் காலையில் அதை செய்து பயணிகளுக்கு கொடுத்தபோது அவர்களின் வாடிய முகங்கள் மலந்து போயிற்று, அன்றிலிருந்து அன்னை பூவாரின் ஓம்லெட் நோர்மண்டிக்கு பரவியது பின்பு பிரான்ஸ் மட்டுமின்றி ஐரோப்பா எங்கும் பரவியது.

அழகிய சென்மிசலின் புகழை வென்றுவிடும் புகழை பசி தீர்த்த ஓம்லெட் அன்னை பூலாரும் பெற்றுவிட்டார். பசி தீர்ப்பதை விட உயர்ந்த புகழ் எதற்குண்டு? அப்படிப்பட்ட பூலார் அன்னையாரின் சந்ததியில் வந்த கதையை மக்ஸின் அம்மம்மா சொன்னபோது, மறுயோசனையற்று தான் படித்துக் கொண்டிருந்த மருத்துவ படிப்பை நிறுத்திவிட்டு சமையல் கலையைக் கற்று லு பல்தோவில் தலைமைச் சமையலாளனானான்.

2019-ல் அவனது பெல்மேர் மாரடைப்பால் இறந்தபோது அவன் உடைந்துபோனான். பேசுவதைக் குறைத்துக் கொண்டான். அவனுடன் காத்திருந்து பேசுவதற்கு யாரும் இல்லை. அவனது மனைவியும், ஐந்து பிள்ளைகளையும் தனியே ஈன்றுவிட முடியும். ஆனால் தனியே வளர்க்க முடியாது. சிறிது காலம் ஓய்வெடுத்து வீட்டில் தங்கிவிடு. பிள்ளைகள் வளர்ந்த பிறகு அவர்களால் குழந்தையாக முடியாது. இப்போதே வாழவேண்டும் என்றுவிட்டாள். மக்ஸிற்கும் மாற்றம் தேவைப்பட்டது. தான் நீண்ட காலம் செய்த பணியிலிருந்து ஓய்வு பெறுவதாக முறைப்படி அறிவித்த மறுமாதம் உலகம் பூராவும் முடங்கிப்போகும் என்று அவனுக்குத் தெரியாது. அப்படித்தான் அவன் லுபல்தோவை விட்டுப் பிரிந்தான்.

இருபது வயதை வாழ வேண்டியவன்.

லு பல்தோவில் வட்டில்களையும், பாத்திரங்களையும் கழுவும் மிகக்குறைந்த மூளையைப் பாவிக்கும் தொழிலிலிருந்து அந்த விடுதியின் உயர்ந்த நிலையை வைத்திருந்த தலைமைச் சமையலாளனாக வேந்தன் உயர்ந்து விட்டிருந்தான். அந்த விடுதியின் எல்லா வேலைகளையும் வல்லமையுடன் செய்தவனுக்கு சரியான சக தொழிலாளர்கள் அமையவில்லை. பெத்ரோன் சமையலறை வேலைக்காக யாரும் கற்பது குறைந்துவிட்டது என்று வருத்தப்பட்டான். இளந்தலைமுறை கடுமையாக உழைப்பதை விரும்பவில்லை என்று வருத்தப்பட்டு வேந்தனுக்கு உதவியாக தானே சமையலறையில் வேலை செய்தான்.

பிரெஞ்சில் ஒரு வார்த்தையும் தெரியாமல் வந்த வேந்தன் அதன் உரிமையாளரான பெத்ரோனுக்கு கட்டளையிட்டு வேலை செய்வதைப் பார்த்து காலமும் பெத்ரோனும் பெருமைப்ட்டார்கள்.

பெத்ரோன் பிரான்சின் தென்பகுதியைச் சேர்ந்தவன். தன் சந்ததியில் இத்தாலியக் கலப்பும் நெப்போலியன் ஊரான

கோர்சிகா கலப்பும் இருப்பதாக கூறுவான். கடும் வறுமையான பெற்றோருக்குப் பிறந்து சிறுவயதில் பாடசாலை விட்டபின் இரவு வேளைகளில் விடுதிகளில் வேலை செய்து கடுமையான உழைப்பில் ஒரு விடுதியின் உரிமையாளனாக ஆனவன்.

ஓர் ஆண்பிள்ளை மேற்படிப்புக்காக கனடா சென்றுவிட, பெண்பிள்ளை நியூஸிலாந்தில் கல்விக்காய் சென்று அங்கேயே காதலனையும் கண்டு திருமணமும் செய்துவிட்டாள். ஐம்பதுகளைக் கடந்துவிட்ட பெத்ரோன் இனித்தான் நான் இருபதுகளை வாழவேண்டும் என்று சொல்லிக் கொள்வான். அவனது மனைவி கத்ரின் வேந்தனைப் பார்க்கும் போதெல்லாம் உன்னை போன்ற திறமையானவர்கள் மிக அரிது மகனே! உன் பிரெஞ்சு பேசும் முறை எனக்குப் பிடிக்கும் என்று கன்னங்களில் தன் உதடுகளால் முத்தம் வைத்து வரவேற்கும் ஒவ்வொரு நொடியும் உயர்ந்த தாய்மையின் பேரன்பு அவளிடம் இருக்கும். டென்னிஸ் வீராங்கனையான அவள் இளம் காலத்தின் புகைப்படங்களில் உலக அழகிக்கான தகுதியுடன் இருப்பாள்.

இப்போது அதைவிட அழகாகிக் கொண்டிருக்கிறாள். உளவியல் ஆலோசகராக முழுநேரமும், டென்னிஸ் பயிற்சியாளராக பகுதிநேரமும் தொழில் புரியும் கத்ரின் கணவனைக் கட்டுக்கடங்காமல் காதல் புரியும் பிரெஞ்சு மனைவிகளில் ஒருத்தி.

2018 இல் வேந்தனும் பஸ்கலினும் மோதிரம் மாற்றிக்கொண்டபோது பஸ்கலின் வீட்டின் பின்புற வளவில் நதிக்கரையை ஒட்டி இயற்கையோடு நிறைந்த விழா நடந்தது. அதைத் தன் பிள்ளைகளுக்கு செய்யும் விழாப்போல் கத்ரின்

முழுப்பொறுப்புக்களையும் தானே பெற்று பெருந்தாய்போல் அவற்றை நடாத்தி முடித்தாள். முப்பது நபர்களைக் கொண்டிருந்த அந்த விழாவின் அத்தனை பேரும் அந்த விழாவை வாழ்வில் மறக்காதவாறு விழா நடந்தேறிற்று. வேந்தனின் மனதில் கத்ரின் என்ற தாய் ஒருபோதும் கரைக்க முடியாத உருவாகிப்போனாள்.

2021இல் பெத்ரோன் லு பல்தோவை விற்க முடிவு எடுத்தபோது யாராலும் ஒன்றும் செய்ய முடியவில்லை. உலக முடக்கங்களால் சுற்றுலாவாசிகளற்று அவனது உணவுவிடுதி பாசி பிடிக்க ஆரம்பித்தபோது அதை விற்றுவிட்டு உலகச்சுற்றுலாவிற்குக் கிளம்பினான். அவன் இருபது வயதை இனித்தான் வாழவேண்டும்.

கண்ணில் எரிந்த நெருப்பு

லு பல்தோ விற்கபப்பட்டபோது, பெத்ரோன் வேந்தனின் வங்கிக்கணக்கில் இரண்டு வருடத்திற்கான மொத்த சம்பளத்தை வைப்புச்செய்தான். அதைவிட அவனுக்கு பொருளாதார இழப்புக் கொடுப்பனவை மாதாமாதம் அரசு வழங்கும் ஏற்பாடுகளையும் செய்தான். வேந்தனுக்கு நீண்ட ஓய்வு காத்திருந்தது. அதை அவன் ஆராய்ச்சி ஒன்றுக்காக பயன்படுத்தத் திட்டமிட்டிருந்தான்.

அன்று காலை பஸ்கலின் முகமெல்லாம் பூக்கள் மலர அவனை அழைத்தாள்.

ஏன் கத்துகிறாய்? நான் கடல் கடந்து விட்டேனா?

இல்லை! ஆனால் விடயம் அறிந்தால் நீயும் கத்துவாய்!

சொல், நானும் கத்துகிறேன்.

அவள் தன் வயிற்றுப் பகுதியை தடவியவாறு ஓடிவந்து தரையைத் தின்னும் அலைபோல் முத்தமிட்டாள்.

கண்ணே சிலோன் தீவுக்கும் ரஸ்யக் கண்டத்திற்கும் ஒரு குழந்தை உருவாகி இருக்கிறது. அதன் பிறகு அங்கு சத்தமே

இன்றி முத்தங்கள் கத்தின. அவர்களின் செல்லப்பூனை அந்த சம்பவத்தை எந்தவிதத் தணிக்கையுமின்றி கண்டு இன்புற்றது. அவர்கள் பூனையைப் பற்றிய பிரக்ஞையின்றி ஒன்றிப்போனபோது பூனை தன் மயிர்களை ஒருமுறை சிலுப்பியவாறு 'மியாவ்' என்று தன் அதிருப்தியை அறிவித்து அகன்று போயிற்று.

அவன், அவள் சங்கின் உற்பகுதி நிறமுடைய வயிற்றை வருடி முத்தமிட்டான். பின்பு காது வைத்து 'யாராவது வயிற்றுக்குள் இருக்கிறீர்களா?' என்று கேட்டான். அவள் சரிந்து கிடந்த அவன் கன்னத்தில் முத்தமிட்டாள். பின்பு சிரித்துக் கொண்டு அழுதாள். அவன் அணைத்து அவள் முதுகின் பரப்பெங்கும் வருடினான். 'வேந்தன்! அம்மா இருந்தா எவ்வளவு மகிழ்வாள்?' என்றாள். அவள் கன்னத்தில் நீர்த்துளி விழுந்தது. வெடுக்கென நிமிர்ந்து பார்த்தாள். அவன் கண்களை துடைத்து தன் நெஞ்சில் சாய்த்தாள். அப்போது அவள் தாய் ஆகிப் போனாள். கங்காரு தன் குட்டியை பதுக்கி வைப்பது போல் தன் நெஞ்சில் புதைத்து வைத்தாள். அச்சூடு மீண்டும் கருப்பையில் இருப்பது போல் அவனுக்குத் தோன்றியது.

அவர்கள் தம் குழந்தை ஆணாக இருந்தால் என்ன பெயர் வைப்பது? பெண்ணாக இருந்தால் என்ன பெயர் வைப்பது என்று அவசரமாக ஆராய்ச்சியில் ஈடுபடலாயினர். வேந்தன் ஆண்மகன் என்றால் செகாவ் என்று வைப்போம் என்றான்.

அவள் வெடித்துச் சிரித்தாள். நீ செகாவ் கதைகளைப் படித்ததால் சொல்கிறாய். செகாவ் அற்புதமான எழுத்தாளன். மாற்றமில்லை. அவன் சிலோன் தீவில் பயணப்பட்டபோது,

சிலோன் பெண்ணை தென்னந்தோப்பின் நடுவே தான் புணர்ந்ததை அவனே எழுதியுள்ளான் என்பதைப் படித்திருக்கிறாயா?

என்ன சொல்கிறாய்? செகாவ் சிலோனுக்குச் சென்றாரா?

ஆம். அவர் ஏழை எழுத்தாளர் அல்ல. வைத்தியராக இருந்தவர். சிலோன்தீவிற்கு சுற்றுச்செலவு செய்தபோது தென்னைகளுக்கிடையில் அவன் தீவுப்பெண்ணைத் தீண்டியுள்ளான்.

அதற்கென்ன? அந்தப் பெண்ணின் சம்மதம் இருந்திருக்கலாம்.

நீ அடிக்கடி சொல்வாயே... உன் மொழியில் ஒரு கவிஞனின் பெயர். அதுகூட சிறிய அழகான பெயர்.

கம்பனைச் சொல்கிறாயா?

உய்... உய்.. செ லுய்... (ஓம் ஓம் அவர்தான்) க..ம்..ப..ன்

கம்பன் ஒரு நாளில் எழுனூறு பாடல்களை எழுதிய ஆகாயக்கவி தான். அவனுக்கும் பிரச்சனைகள் இருந்தது. கம்பன் பிறந்த ஊர் தேரழுந்தூர். அவனைத் துணை நின்று காத்தவன் அருகில் திருவெண்ணைநல்லூரைச் சேர்ந்த சடையப்ப வள்ளல். கம்பன் ஊருக்கு அருகே ஓர் ஊர் இருந்தது. அது கதிராமங்கலம். அந்த ஊரில் இருந்த அழகியொருத்தியோடு அவனுக்கு களவொழுக்கம் இருந்தது. அந்த அழகி ஓரிரவு கம்பனைக் கட்டிக்கொண்டு, மீ கவியே! என் புவியே! என் கூரையை வேய வைக்கோல் இல்லை என்று நெக்குருகினாள். கம்பனுக்குத் துணையாய் நின்ற செல்வத்தோழன் சடையப்ப வள்ளலிடம்

விசயத்தை கம்பன் விட்டெறிந்தான். சடையப்ப வள்ளல் தன் வயலில் உள்ள நெற்கதிர்களை அறுத்து களவொழுக்கக் காதலியின் கூரையை வேயச் சொன்னாராம். அதன் சாட்சியாய் தமிழகத்தில் கதிர்வேய்மங்கலம் கதிராமங்கலமாய் இன்று இருக்கிறதாம். கம்பரும் களவு செய்தார். கம்பரும் வேண்டாம், செகாவும் வேண்டாம். வேந்தன் என்று வைக்கலாம் என்றாள்.

உலகில் கள்ளக்காதல் இல்லாத கலைஞனே இல்லையா?

நான் இருக்கிறேன்!

நீ கலையனல்லவே?

எப்படிச் சொல்லலாம்? எழுதாதவனும், படைக்காதவனும் பெருங்கலைஞனாய் இருக்கலாம். உன்னை ரசிப்பதும் கலை தானே? உன்னைப் படிப்பதும் கலைதானே?

பெண் குழந்தை என்றால் என்ன பெயர்?

உன்னுடைய அம்மாவின் பெயர் நடாசா! அல்லது கிபீர் தாக்கிச் சிதறிப்போன என் அம்மாவின் பெயர் தமயந்தி!

முதல் பெண் குழந்தைக்கு உன் அம்மாவின் பெயர் தமயந்தி! இரண்டாவது பெண் குழந்தைக்கு நடாசா!

அவர்கள் குழந்தையின் தோற்றத்தைக் கற்பனை செய்தனர். புதிய நிறத்தில் பேரழகோடு உருவாகும் குழந்தைக்கான அறையைத் தயார் செய்தனர். அந்த வீடு ஆனந்தத்தில் திளைத்திருந்தது.

வேந்தன் நஞ்சூறாத உணவுகளைச் சமைத்துக் கொடுத்தான். இனிய கீதமும், நதிக்கரையும், படகுப்பயணமும் என்று புதிய

உயிர் உருவாகிய காலம் வளர்ந்தது. பஸ்கலின் வயிறு காற்று நிறையும் பலூன் போல உயிரொன்றை ஊதிக்கொண்டிருந்தது.

மூன்றாவது மாதம் குழந்தையைப் பரிசோதிக்கச் சென்றார்கள். உருவமற்ற உயிர் ஒன்றின் இதயம் தன் வேலையை ஆரம்பித்திருப்பதை வைத்தியர் சொன்னார். வேந்தன் அந்தச் சேதியை கறுப்பிகுளத்தில் மீண்டும் சிறு வீடு கட்டி தனிமையில் இருந்த அம்பிகா தாய்க்கு அறிவித்தான் அவளுக்கு மகிழ்ச்சி! தம்பி மருமகளுக்கு தமிழ் சொல்லிக்குடடா. அப்பதான் நான் பேசலாம் என்றாள். பேறுகாலத்தில் அம்பிகாவை பிரான்ஸிற்கு சுற்றுலா அனுமதியில் அழைக்க முயற்சித்தான். யாருமற்ற அம்பிகா திரும்பிப் போவதற்கு உத்தரவாதம் இல்லை என்று இலங்கையில் உள்ள பிரெஞ்சுத் தூதரகம் நிராகரித்தது. பஸ்கலின் அந்த முடிவால் பிரெஞ்சுதேசத்தைச் சபித்துக்கொண்டாள்.

நாங்கள் அகதிகள். எமக்கு வாழ அனுமதி தந்ததே போதும். இந்த நாட்டைச் சபிக்காதே! என்றான்.

அப்படிச் சொல்லாதே. அகதி என்று யாரும் இல்லை. இந்தப்பூமி எல்லோருக்குமானது. எல்லைகள் எப்போது வந்தது? என்றாள்.

அன்று வேந்தன் உணவு உட்கொள்ளாத நாள். அன்றுதான் மொத்தமாக அவன் குடும்பம் இறந்தநாள். சில ஆண்டுகளாக பஸ்கலினும் அந்த நாளில் அவனுடன் சேர்ந்து உணவைத் தவிர்த்து இருந்தாள். வயிற்றில் குழந்தை இருக்கிறது. நீ உணவை அருந்தியே ஆகவேண்டும் என்றான். அவள் ஒரு நாள் உணவு உண்ணாவிட்டால் குழந்தைக்கு ஒன்றும் ஆகாது என்று

மறுத்துவிட்டாள். மாலை 3 மணிக்கு குழந்தையைப் பரிசோதிக்கும் சந்திப்பு இருந்தது. இருவரும் நதிக்கரை ஓரமாக நடந்து சென்றனர். நதியோரம் வாத்துகள் பேசிப்பேசி நீந்திக்கொண்டிருந்தன. அவர்களிருவரும் வைத்தியர் அறைக்குள் நுழைந்தனர். வைத்தியர் வழமையான புன்னகையோடு வரவேற்றார். வயிற்றில் தண்ணீர்க்கழி தடவி உருளும் கமெராவால் உள்ளே வளரும் உயிரைப் பார்த்தார். படங்களை அதிகமாகப் பதிவு செய்தார். அன்று அவர் அதிகமான கேள்விகளைக் கேட்கவில்லை. நுணுக்கமான ஆராய்ச்சியில் ஈடுபட்டார். வேந்தன் குழந்தையின் இதயம் துடிப்பதைப் பார்த்துக் கொண்டிருந்தான். கால்கள் தெரிந்தன. கைகள் அரும்பிக் கிடந்தன.

சரி, நீங்கள் வெளியே காத்திருங்கள் என்றார். அவர்கள் வெளியே காத்திருந்த நேரத்தில் அம்பிகாவின் அழைப்பு வந்தது. ஒளிபேசியில் பேசினார்கள். பஸ்கலினைப் பார்த்ததும் மருமோள் நல்ல வடிவாய் இருக்கிறா என்றாள். அதைப் பிரெஞ்சில் வேந்தன் சொன்ன போது அவள் தமிழில் நன்றி என்று ஒரு பாடலைப் பாடினாள். அம்பிகாவின் முகமெங்கும் பற்கள் ஒளியூட்டின. இந்த நேரத்தில் பிள்ளையை வடிவாப் பார்க்கோணும் தம்பி என்று அவள் அபிமன்யுவின் கதையைச் சொல்லிமுடித்தாள். சரியம்மா நாங்கள் வீட்டை போய் அழைக்கிறேன் என்று ஒளிபேசியை அணைத்தான்.

வைத்தியர் வரும் சத்தம் கேட்டது. உங்களை நான் வேறொரு வைத்தியரைச் சந்திக்க அனுப்புகிறேன். நீங்கள் அவரைச் சந்தியுங்கள் என்றார். அவரின் முகம் காய்ந்து சருகாகி இருந்ததை வேந்தன் கண்டு கொண்டான்.

அந்த வைத்திய நிலையத்தின் பிரதம வைத்திய அதிகாரியின் வாசலில் அவர்கள் நின்றார்கள். அங்கு வைத்தியர்கள் காத்திருந்து அவர்களை அழைத்துச் சென்றனர்.

நீங்கள் எங்களை மன்னிக்க வேண்டும். உங்களிடம் சில கேள்விகளை நாம் கேட்க வேண்டும்.

பஸ்கலின்! நீங்கள் எங்கு பிறந்தீர்கள்?

கீவ். உக்ரேனின் தலைநகர்.

உங்கள் பெற்றோர்?

செர்னேபில்.

உங்கள் பெற்றோர் செர்னோபிள் விபத்தில் பாதிக்கப்பட்டவர்களா?

ஆம். தந்தை நான் பிறக்கமுதல் இறந்துவிட்டார்.

காரணம்..?

அணுக்கதிரலைத்தாக்கத்தால் என்று அம்மா சொன்னார்.

இவையெல்லாம் எதற்காக டாக்டர்?

'நீங்கள் உறுதியானவர்களாக இருக்கவேண்டும். வாழ்க்கை எல்லாவற்றையும் தாண்டிச் செல்லும். உங்களுக்கு ஏற்பட்டிருக்கும் இந்த நிலைக்கு நாம் எல்லோரும் தான் காரணம். உங்கள் குழந்தையை நாம் வளர விட முடியாது. அந்தக் குழந்தைக்கு வாய் இல்லாமல் இருக்கிறது. ஆண் பெண் உறுப்புகளும் இல்லை. பஸ்கலின் கருப்பையில் கதிரலைத்தாக்கம் இருக்கிறது. இக்குழந்தையை நாம் அவசரம்

வெளியேற்றவேண்டும். குழந்தையைப் பஸ்கலினின் கருப்பையில் உருவாக்கமுடியாது. அதற்கு நாம் வருந்துகிறோம்.'

அவள் அந்தக் கறுத்த இருக்கையில் இருந்தபடி மயங்கி வீழ்ந்தாள். அவசர வைத்தியவண்டி அவளை ஏற்றிச்சென்றது. மூன்று நாட்களில் அவள் வீடு வந்தபோது, அவள் வயிறு தட்டையாகி இருந்தது. கண்களில் உலகை எரிக்கும் நெருப்பு இருந்தது.

காத்திருப்பு

அம்பிகா ஒளி அழைப்புகளை பல தடவைகள் வேந்தனுக்கு ஏற்படுத்தினாள். வேந்தன் அந்த அழைப்புகளை நழுவவிட்டான். அம்பிகாவுடன் முகம் பார்த்துப் பேசும் தைரியம் அவனிடம் இருக்கவில்லை யுத்த கந்தகப் புகைகளால் பல இனம் தெரியாத நோய்கள் அவளுக்கு இருந்தன. இந்த அதிர்ச்சியான செய்தியை அவள் இலகுவில் சகித்துக் கொள்ளமாட்டாள். காணாமற்போன கணவன் வருவான் என்று முப்பத்தைந்து வருடங்கள் காத்திருக்கும் அதீத நம்பிக்கைகளில் பீடித்தவள். நிகேதன் வீரச்சாவடைந்தபோது அவர் வந்தால் நான் என்ன பதில் சொல்வேன்? என்று கதறிய ஒலி இன்றும் அவன் காதுகளில் ஒலிக்கிறது.

அவற்றை நினைத்தபோது, வேந்தனுக்கு நிகேதனின் அப்பா எப்படிக் காணாமல் போனார்? என்பதை இதுவரை அம்பிகாவிடம் கேட்காதது நினைவுக்கு வந்தது. தான் இத்தனை நாட்களாக கேட்டறியாததற்கு வருந்தினான். அப்போது அவனே அழைப்பெடுத்தான். முகம் திரையில் வந்ததும்,

‘தம்பி ஏன் போன் எடுக்கல? பிள்ள சுகமா இருக்குதா?’

‘எனக்கு கொஞ்சம் வேலை அம்மா. அதுதான் எடுக்க முடியல.’

‘அம்மா உங்களிடம் ஒரு கேள்வி கேக்கவேண்டும். நிகேதன் அண்ணாவின் அப்பாவிற்கு என்ன நடந்தது?’

‘ஏன் தம்பி திடீரென்று?’

‘இல்ல.. எனக்கு ஏதோ நினைவுக்கு வந்தது.. கேட்டு அறியனும் போல.. சிறுவயதில் நிகேதன் அண்ணாவுடன் சைக்கிளில் வரும்போது அப்பா காணாமல் போய்விட்டார் என்று சொன்னவர். அந்த வயதில் இலங்கையில் அப்பாக்கள் காணாமல் போவது வழமை என்று நினைத்திருந்தேன். ஆனால் இப்போது அதை அறிய வேண்டும் போல் உள்ளது.’ அவள் கண்களில் இருந்து நீர் ஒழுகியது. ஆனால் அவள் அழவில்லை. அவள் கண்ணீரும் குரலும் சமநிலையற்றுப் பேச ஆரம்பித்தாள்.

‘தம்பி நான் இரண்டு வருட வாழ்க்கையைத்தான் வாழ்ந்தேன். அப்போது எனக்கு பதினெட்டு வயது. அவர் கடுமையான உழைப்பாளி. அதிகாலையில் பேரூந்து டிரைவராக இருப்பார். பின்பு அப்படியே தோட்டம் போய்விட்டு இரவுதான் வருவார். எங்கள் திருமணம் காதல் திருமணம். இருவீட்டாரும் எதிர்த்ததால் அவர் உழைத்தே எல்லாச்செலவும் செய்யவேண்டியிருந்தது. அவருக்கு ஒரு தம்பி இருந்தார். அவன் வேப்பங்குளத்தில் வெடிபட்டு இந்தியாவில் அறுவை சிகிச்சை பெற்றுவந்தார். அவரில் இவருக்குக் கடும் பாசம். அதனால் படகில் தமிழகம் சென்று தம்பியைப் பார்த்துவிட்டு பம்பாய் வெங்காய விதைகளை

அங்கிருந்து கொண்டு வந்து தோட்டம் செய்தால் நாம் ஒரு வீடு கட்டலாம் என்றார். எனக்கோ தனிமையில் ஆறுமாதக் குழந்தையுடன் இருப்பது பயம் என்ற போது, தான் ஒரு கிழமையில் வந்து விடுவதாகச் சொன்னார். எனக்கு தைரியத்தையும், ஒரு கிழைமைக்கான வீட்டுப் பொருட்களைப் வேண்டித் தந்துவிட்டு 20.03.1986 அன்று அவர் புறப்பட்டார். இன்றுவரை வரவில்லை.'

'அவருக்கு என்ன நடந்தது?'

'யாருக்கப்பா தெரியும்? ஒவ்வொருவரும் ஒவ்வொரு கதையைச் சென்னார்கள். இந்தியாவிலிருந்து வரும்போது நேவி துரத்தியது. அவர் தப்பிப்பதற்கு கடலில் குதித்தார் என்றார்கள். அந்த நேரம் என்பிள்ளையோடு கடும் பிரச்சனைகளுக்கிடையில் அலைந்து திரிந்து அறிந்தது இதுதான்.'

'அவர் இருப்பார் என்று நினைக்குறீங்களா?'

'என் வயிற்றில் குழந்தை இருந்தபோது ஒரு சாத்திரியிடம் சாத்திரம் கேட்டோம். அப்போது அவர் காணாமல் போய் முதிய தோற்றத்தில் ஒரு நாள் வருவார் என்று சொன்னதை நம்பிக் காத்திருக்கிறன்.'

'அம்மா, இத்தனை ஆண்டுகளுக்குப் பிறகு உங்களுக்கு நம்பிக்கை இருக்கா?'

'தம்பி 2002ல் என்று நினைக்கிறன், மட்டக்களப்பைச் சேர்ந்த ஒருவரை இருபத்தைந்து ஆண்டுகள் பொலநறுவை சிங்கள ராணுவ முகாமில் அடிமையாய் வைத்திருந்து அங்கிருந்த

ஒருவரின் உதவியால் வெளியேறி வந்த செய்தி பேப்பரில் வந்தது. அப்படி ஏதும் இருக்கலாம் தானே?'

'அந்த நேரம் நீங்கள் தேடவில்லையா?'

இலங்கையைச் சுற்றி கடல் எப்படி இருக்கும் என்றே அறியாத நான் எப்படி ராணுவ முகாம்களில் தேடமுடியும்? யாருடைய உதவியும் அற்ற நிலையில் குழந்தையைத் தூக்கிக் கொண்டு இந்தியாவிற்கு படகுகளை அனுப்பும் ஒருவரைத் தேடி யாழ்ப்பாணம் முதன்முதல் சென்றேன். அந்த நபரின் பெயர் மட்டும்தான் என்கையில் இருந்தது. ஆட்களிடம் கேட்டு, கேட்டு யாழ்ப்பாணம் பஸ் ஸ்டாண்டில் வல்வெட்டித்துறைக்கு பஸ் எடுக்கக் காத்திருந்தன். உடுப்பிட்டி முத்துராசன் என்ற நபரின் படகில் பயணம் போனது மட்டும் தெரியும். உடுப்பிட்டி நோக்கித்தான் போய்க் கொண்டிருந்தேன். அங்கு பஸ் எடுத்தபோது அந்த பஸ்ஸில் கிளீனராக என்னோடு படித்த வசந்தபாலன் நின்றான். என்னைக் கண்டு அதிர்ந்து போனான்.

அவன் ஒன்பதாம் வகுப்போட பள்ளிக்கூடம் வராம விட்டுட்டான். நான் தான் பள்ளிக்கூடத்தில் முதல் மாணவி. என் தோளில் குழந்தையுடன் தனியே நான் நின்ற கோலத்தைப் பார்த்து அவன் அதிர்ந்ததில் ஆச்சரியமில்லை. பின்னர் என் நிலையைக் கேட்டதும் உடுப்பிட்டி முத்துராசன் தனது உறவுக்காரர் என்று அவரிடம் அழைத்துச் சென்றான். அவரிடம் கேட்டபோது, 'தறுமு' என்ர படகில தான் போனது. ஆனால் தகவல் ஏதுமில்லை. ஒன்றில் நேவி பிடித்திருக்கும். தகவல் கிடைத்தால் சொல்கிறேன்' என்றார். வேறு என்ன செய்வது? அழுது புலம்பியவாறு திரும்பினேன்.

பின்பு எங்க தேடுவது? சண்டை சச்சரவுகள் வந்து எல்லாம் போயிட்டுது.

‘ இப்ப சண்டை இல்லைத்தானேம்மா? யாழ்ப்பான நேவிட்ட 1986 மூன்றாம் மாதம் கைது செய்தவர்கள் பற்றிய விவரம் கேட்கலாம்தானே?’

கடைசியில் சரணடைந்தவர்களை முதலைக்கு உணவாக்கியவர்கள் ஆட்சியிலிருக்கினம். இலங்கை நேவி இதையெல்லாம் தருமோ தம்பி?

அம்மா நான் இலங்கைக்கு வந்து தேடிப்பார்ப்பமா?

ஐயோ ராசா! நீ இங்க நினைச்சும் பார்க்கவேண்டாம். உன்னை உயிரோட காப்பாற்ற எவ்வளவு கஸ்ரப்பட்டன்? நீ இங்க இருந்திருந்தா உன்னையும் இழந்திருப்பன். இந்த நாட்டுக்கு நீ வரவேண்டாம். இந்த நாட்டில பிறந்தது எத்தனை கொடுமையாய்ப் போயிற்று? சனம் பட்ட பாடுகள் யாரறிவார்? இங்க மனுசர் வாழேலாது. நான் இருப்பதே என்றோ ஒருநாள் அவர் வருவார். அவர் வந்து நானெங்கே என்று தேடக்கூடாது. அவர் வந்தால் மகனெங்கே? என்றுதான் முதலில் கேட்பார். அதற்குத்தான் எனக்கு பதில் தெரியவில்லை.

அம்மா, அந்த சாத்திரி இப்ப இருக்குறாரோ?

அவர் சாத்திரம் சொன்ன அடுத்த வருசமே செத்துப் போனார். அந்த மனுசன் பட்டுப்பூச்சிச் சந்தியில் ஒரு வைரவர் கோயில் வைச்சிருந்தது. 1987 மார்கழில அது நடந்தது. அப்ப இந்தியன் ஆமி இங்க நிண்டது. பெடியள் எங்கோ ஒரு இடத்தில் இந்தியன் ஆமிக்கு குண்டு வைச்சுட்டாங்கள். கோபத்தில் வந்த துலைவார்

பூசாரியையும், அவர் பெண்டிலயும் அவர்களது இருகுழந்தைகளையும் சுட்டுப்போட்டு வைக்கோல் போட்டு எரிச்சிற்றுப் போயிட்டாங்கள். மூன்று நாள் கழிய குடும்பமே அரைகுறையா எரிந்து கிடந்ததை கண்ட சனம் எடுத்து எரித்தது. நாசமறுவார் செய்ததெல்லாம் கொஞ்சமே?

அந்த வைரவர் கோயில்?

வைரவருக்கு முன்னால தான் அந்த குடும்பத்தச் சுட்டவங்கள். பிறகு வைரவர் இருந்தென்ன செய்யுற? அவரும் செத்துப்போயிருப்பார். சனம் அங்கு போகாமல் விட்டு காடு பத்தீற்று.

வேந்தனின் மூளை தன் உயிரொன்று உடலாக முன் கதிரலையால் கரைந்த நினைவுகளில் இருந்து அம்பிகாத்தாயின் நினைவுகளுக்கு இடம்மாறிற்று. நினைவுகளின் இடமாற்றம் மூளையின் புதுத்தோற்றமாக மாறிவிடுகிறது. சிறுகாயத்துக்கு அழும் குழந்தை அதைவிட பெரிய காயத்தைக் கண்டதும் சிறுகாயத்தை மறந்து விடுவது போல, ஒரு வலியை மற்றொரு வலி மறக்கடிக்கிறது. மறந்து மறந்து பிறப்பதுதானே காலையும், மாலையும். அவன் காணாமல் போன தறுமு என்கிற தர்மராசனைப் பற்றியே சிந்தித்துக் கொண்டிருந்தான். அசாத்திய நம்பிக்கைகளின் காத்திருப்பு வெற்றியளிக்கலாம். இலங்கை அதற்கான நாடாக இருக்குமா? என்று தொடர்ந்து அலையெறிந்தது மூளை.

கறுப்பிகுளம்

இலங்கைக்கு 1948ல் சுதந்திரம் கிடைத்தது என்றார்கள். ஆனால் அப்போதுதான் வரலாற்றில் மோசமான இலங்கை உருவானது. ஆங்கிலேயர்கள் சிலர் இலங்கையில் நம்பிக்கை வைத்து பற்பல நிறுவனங்களை உற்பத்திகளை தொடங்கியிருந்தனர். இலங்கையில் தமிழர்களை விறகுக்கட்டைபோல் வெட்டியும் எரித்த பிறகும்தான் மீதி இருந்தவர்களும் வெளியேறினார்கள்.

1962இல் தொழில்முனையும் இளம் முதலாளியான டேவிட் வவுனிக்குளத்தின் நீரோட்டம் செல்லும் கறுப்பிகுளத்தின் கிழக்குப் பகுதியில் இருந்த காடுகளை அழித்துப் பட்டுப்பூச்சிகளை வளர்த்துப் பட்டுத்தயாரிக்கும் பண்ணையை நிறுவினார். அப்பகுதியில் குடியேறியிருந்த இளைஞர்களுக்கு வேலைவாய்ப்பை வழங்கினார். அவருக்கு லாபம் கிடைத்து வளரும் காலம் வந்தபோது இலங்கையில் தமிழர்களுக்கு எதிராக வன்முறையை ஆரம்பித்தனர். அவருக்கு ஒரே குழப்பமாக இருந்தது. நாங்கள் தானே அந்நியர். ஆனால் ஒரே தோற்றத்தோடு இந்தத் தீவில் வாழ்கிற சக மனிதர்களை இப்படி வன்முறை மூலம்

அழிக்கிறார்கள்?...என்று நினைத்துக்கொண்டார். அப்போது அவர் தன் பட்டுப்பூச்சி நிறுவனத்தின் எதிர்காலம் இங்கு வெளிச்சமாக இருக்கமுடியாது என்று 1983இல் தன் பண்ணையை மூடிவிட்டு வெளியேறினார்.

டேவிட்டின் பட்டுப்பூச்சிப்பண்ணையில் வேலைசெய்தவன் தான் தருமராசன். அந்தப் பண்ணை இருந்த ஒழுங்கை சிலுவைக்குறி போல ஒரு சந்தியை உருவாக்கியது. அந்தச் சந்தியை மக்கள் பட்டுப்பூச்சிச்சந்தி என்று பெயரிட்டனர். அச்சந்தியால் வெண்மை நிறச் சீருடையுடன் இரண்டு பக்கங்களும் பின்னிய கூந்தலோடு தேவமலரொன்று நடந்து போகும். யாரையும் திரும்பிப் பார்க்க வைக்கும் அழகென்றாலும் தருமராசனால் அசையாமல் அதிரச் செய்த அழகாக அவள் இருந்தாள். பட்டுப்பூச்சி பண்ணை மூடப்பட்ட பின்னரும் அச்சந்தியால் பள்ளிக்கூடம் செல்லும் அம்பிகாவைப் பார்க்கும் வேலையைத் தினம் செய்வதை வழமையாக்கிக் கொண்டான் தருமதாசன்.

அவனது வீடு கறுப்பிகுளத்தின் மேற்குப் பகுதியில் இருந்தது. கிழக்குப் பகுதியில் இருக்கும் பட்டுப்பூச்சிச்சந்தியில் இருந்து தெற்கு நோக்கிச் செல்லும் சாலையில் அம்பிகாவின் வீடு இருந்தது. அதை மட்டுவில் வீதி என்று ஊர் அறிந்தவர்கள் பேசுவர். அவர்கள் சாவகச்சேரி, மட்டுவில் பகுதிகளில் இருந்து இங்கு வந்து குடியேறியவர்கள். சாவகச்சேரி சாவகநாட்டில் இருந்து வந்த அரசனால் உருவாக்கப்பட்ட ஊர் என்று கதை இருந்தது. அந்த அரசனே யாழ்ப்பாணத்தில் ஒரு அரசை அமைத்ததாகச் சொல்வார்கள். 1956ற்குப் பின்னர் பண்டைய

இலங்கையின் குளமாகிய வவுனிக்குளம் புனர்நிர்மாணம் செய்யப்பட்ட போது அங்குள்ள விவசாய நிலங்களில் யாழ்ப்பாணத்தில் இருந்து மக்களை அழைத்து வந்து குடியேற்றினார்கள். அதில் அம்பிகாவின் குடும்பமும் ஒன்று.

தறுமுவின் கதை முற்றிலும் மாறுபட்டது. அவர்கள் சந்ததி வாழ்ந்த நாகனூர் இப்போது வவுனிக்குளத்துக்குள் இருக்கிறது. வவுனிக்குளம் பெரிதாக்கப்பட்டபோது அதிக புராதன குடிகளின் ஊர்களை நீர் தின்றது. அதில் தறுமுவின் ஊரும் ஒன்று. அதனால் அங்கிருந்த குடிகள் வேறு இடம் தேடினர். அப்படி அவர்கள் புலம்பெயர்ந்து வவுனிக்குளம் வாய்க்கால் ஓடிவந்து கலக்கும் சிறுகுளம் ஒன்றின் கரையில் குடியேறினர் தங்கள் நிலத்தைத் தொட்டு வரும் நீரைத் தொட்டுவாழ அவர்களுக்கு ஆசை இருந்திருக்கலாம்.

கறுப்பிகுளம் ஆதியில் பெரிய மருதமரத்தை வைத்திருந்த சிறுகுட்டையாய் இருந்தது. வவுனிக்குள வலதுகரைக்கான பெருவாய்க்கால் அதைத் தொட்டுப்போக ஆரம்பித்ததும் அது தன் எல்லைகளை விரிவாக்கிற்று. மலைப்பாம்பு மிளாவை விழுங்கி படுத்திருப்பது போல வாய்க்கால் குளத்தை தொட்டவாறு சென்றது. குளத்தின் வடமுனையில் உள்ள மருத மரம் குளத்தின் தலையில் மாட்டப்பட்ட கிரீடம் போலிருக்கிறது. குளத்தின் கரையிலும் அல்லி. வெண்தாமரை, செந்தாமரை என்று நிறைந்திருக்கும். நடுவில் எருமை மாடுகள் தலையை மட்டும் வெளியே காட்டியவாறு நீருக்குள் மறைந்து நிற்கும். அதன் கொம்புகளில் கொக்குகளும் நாரைகளும் கொம்புகளில் பூக்கள் இருப்பது பேலிருக்கும். ஒரு குளம் எப்படி அழகானது என்பதற்கு

கறுப்பி குளத்தை விட்டால் ஒன்றும் இல்லை என்று நிலவு அடிக்கடி புலம்பிப் போகும். அந்தக் குளத்தையே அவமதிக்கும் அழகோடு ஒருத்தி கறுப்பி குள வீதியிலிருந்து நடந்து போனால் இளம் காளை தருமராசன் என்னதான் செய்வான்?

வரலாற்றுக்குளம்

அன்று யேசுகிறிஸ்து பிறக்கவில்லை. உலகம் அதிகம் காடுகளில் வாழ்ந்து கொண்டிருந்தது. வலியவர்கள் எல்லைகளைப் போட்டு தொல்லைகள் தொடங்கி சண்டைகள், துன்பங்களைத் தொடக்கி வைத்திருந்தனர். புத்தபகவான் மட்டுமே அன்று தோன்றிய சத்தான ஞானியாக தத்துவம் சொல்லிச் செத்துப்போயிருந்த காலம். இந்திய துணைக் கண்டத்திலிருந்து பெரும் கடல் கோளால் ஈழநாடு தனித் தீவாகப் பிரிந்து ஐந்தாயிரம் ஆண்டுகள் கடந்து விட்டிருந்தது.

அனுராதபுரம் என்ற பண்டைய சிவபுரம் பௌத்த புரமாகவும் மாறிக்கொண்டிருந்தது. அப்போது அனுராதபுரத்தில் இருந்து காட்டு வழியூடாக ஆறு குதிரைகள் வேகமெடுத்து வந்து கொண்டிருந்தன. அதில் உடல் தினவெடுத்த வீரர்கள் ஐவரும், ஒரு வெண்புரவியில் அரச அடையாளங்கள் போர்த்த பெண் தன் முன்னே சிறுமி ஒருத்தியையும் ஆரோகணித்தவாறு அந்த அடர்வனத்தில் நகர்ந்துகொண்டிருந்தனர். அக்குதிரைகளும், அங்கு நகர்ந்தோரும் முறையாகப் பராமரிக்கப்பட்டு அரச வாசனையில் தோய்ந்திருந்தன. காலைச் சூரியனை

நுழையவிடாமல் அடர்ந்திருந்த அந்த வனத்தின் ஒவ்வொரு மரங்களும் எட்டிப்பார்க்கும்படியாக அவர்கள் வந்தார்கள். குதிரைகளின் முகங்களிலும் அதன் மேலிருந்தவர்களின் அகங்களிலும் இழப்பும், களைப்பும் பாதுகாப்புத் தேடும் பதைபதைப்பும் தெரிந்தது. அங்கே காடு தன் கண்போல் ஒரு நீர்ச்சுனையை வைத்திருந்தது. அந்த நீர்ச்சுனை அருகே ஒரு சிறுகுடில் இருந்தது. அந்த ஆறு குதிரைகளும் அந்தக் குடில் நோக்கி நகர்ந்தன. குடிலுக்குள் இருந்து சடை முடியை வாழைநார் கொண்டு கட்டிய நாகர்குடித்தலைவன் அவர்களை வரவேற்றான். ஆறு குதிரைகளில் இருந்து எட்டுப்பேர் குதித்திறங்கினர்.

அங்கு வந்தவர்கள் அனுராதபுர அரசகுலத்தினர் என்பதை அறிந்த நாகர்குலத் தலைவன் அவர்களுக்கு உணவளித்து உபசரித்தான். பல நாட்களாக காட்டின் ஊடாக கடும் பசியுடன் வந்தவர்கள் உணவருந்தினர். ஐந்து குதிரை வீரர்களும் பாதுகாப்பளிக்க அரசி தன் குழந்தைகளுக்கு உணவை ஊட்டிக்கொண்டிருந்தாள். அவளின் வட்ட முகமும், நெடிய நெற்றியும், உடுத்தியிருந்த உடையும் அரச வாடையை அள்ளி வீசியது. அவள் முகத்தில் சோக வெம்மையும், கோப நெருப்பும் கோடுகள் வரைந்திருந்தன. அந்தக் குளக்கரையில் சென்று சற்று ஆறினார்கள். அரசியின் மடியில் இளவரசி தாரணி பெரும் சோகத்தோடு இருந்தாள். இளவரசன் எலேலன் அச்சுனையை வெறித்துப்பார்த்தவாறு இருந்தான்.

எலேலன் மனதை அந்தக்குளம் விழுங்கி விட்டிருந்தது. ஆனால் அனுராதபுரத்தில் நடந்த சண்டையில் தன் தந்தையான ஈழசேனனின் தலையை வெட்டி மூங்கில் கழியில் அசேலன் என்ற

அயோக்கியன் காட்சிப்படுத்தியது அவன் மனதில் கொதித்துக்கொண்டிருந்தது. அங்கு மலர்ந்திருந்த செந்தாமரை எல்லாம் அவனுக்கு நெருப்புப் பூக்கள் போலவே இருந்தது. அவன் தங்கை தாயிடம் பல கேள்விகளைக் கேட்டுக்கொண்டிருந்தாள். எலேலன் அந்தத் தாமரைகளிடம் சத்தியம் செய்து கொண்டிருந்தான்.

'என் தந்தை எல்லாச் சமயங்களையும் சமமாக மதித்தார். எதிரிகள் அற்ற தேசத்தை அமைத்தார். எல்லோருக்கும் சம வாழ்வளித்தார். அவர் படை வலுவைக் குறைத்து மக்கள் மனதை நிறைத்து போரற்ற பேராட்சி செய்தபோது நரி அசேலன் இருபத்திரெண்டு ஆண்டுகள் காத்திருந்து வீழ்த்திவிட்டான். போர் என்பதில் வெற்றி தோல்வி உண்டு. ஆனால் தந்தையின் தலையை வெட்டி மூங்கில் கழியில் நட்டு அவமானம் வழங்கியவர்களை வெல்வேன். அப்படி வென்று என் தந்தையின் எம்மதமும் சம்மதம் என்ற நீதியைச் சொல்ல இச்சுனையைப் பெரும் குளமாகக் கட்டுவேன் தாமரைகளே!'

என்று தாமரைகளுக்கு மனச்சத்தியம் செய்து கொண்டிருந்தான். அன்று கிறிஸ்துக்கு முன் 215 நடந்துகொண்டிருந்தது.

எலேலன் தாமரைகளுக்குச் சொன்ன மனவாக்கை கிறிஸ்துக்கு முன் 205ல் நிறைவேற்றினான். தனது இருபதாவது வயதில் அசேலனை வீழ்த்தி எல்லாளன் என்ற அரச நாமத்தில் அரசனானான். ஈழதேசத்தில் வேறுபாடுகளற்ற உச்சநீதி முறையில் 44 ஆண்டுகள் பௌத்தர்களும், சைவர்களும் மகிழ்ந்திருக்க ஆட்சி செய்த ஒரே மன்னனான அவன் கட்டிய முதலாவது குளம் பாலிக்குளம். அதுவே பின்பு வவுனிக்குளமாயிற்று. எல்லாளன்

என்ற உலகின் ஒப்பற்ற மன்னர்களில் ஒருவனானவனுக்கு அன்று பசி தீர்க்க உணவளித்து எதிரிகளிடம் இருந்து மீண்டு சென்று கொண்டிருந்த அரச குலத்தவரைக் காத்து பாதுகாப்பாக அனுப்பி வைத்த நாகர்குலப்பெரியவரின் இரண்டாயிரம் ஆண்டு காலத் தொன்மத்தின் எச்சமாக தருமதாசன் இருந்தான்.

ஆண்டாண்டுகளாக அக்குளத்தின் கிழக்குக்கரையில் தொல்குடிகளாக வாழ்ந்தவர்கள் 1956இல் அதே குளம் பெருப்பிக்கப்பட்டபோது புலம் நீங்கி அதன் மணம் மாறாதிருக்க ஆதியில் வவுனிக்குளம் கருக்கொண்டிருந்த தோற்றத்தில் இருந்த கறுப்பிகுளத்தின் கரையில் வந்து குடியமர்ந்தனர். அவர்களை நீரின் உறவு நீட்டிக்கொண்டே இருந்தது. அந்த நீரின் உறவே 1986இல் அம்பிகாவை காதலிக்கக் கவர்ந்தது. குழந்தை பிறந்த ஆறுமாதத்தில் யாழ்ப்பாணத்துக்கும், இராமேஸ்வரத்துக்கும் இடையில் படகில் சென்றபோது, அசேலன் வழிவந்த கடற்படை துரத்தியது. அவர்களில் கைகளில் தான் சென்று விடக்கூடாது என்று அவன் கடலில் குதித்தான். பின்பு என்ன நடந்தது என்று பாக்குநீரிணைக்குத்தான் தெரியும். கறுப்பி குளக்கரையில் அம்பிகா காத்துக்கொண்டிருக்கிறாள்.

கானல்நதி

பஸ்கலின் நாட்களின் நகர்வில் பழைய நிலைக்குத் திரும்பினாலும் தன் வயிற்றில் குழந்தை வளர முடியாது என்பதை அவளின் அடர்ந்த அமைதி மூலம் வெளிப்படுத்தினாள்.

'வேந்தன் நான் என்ன பாவம் செய்தேன்? உன்னை ஏன் இந்த காய்க்காத மரத்துக்கு காவலுக்கு அழைத்தேன்? நீ என்ன பாவம் செய்தாய்?'

என்ற அவள் அனுங்கல்களும் வடிந்தொழுகிய மானுட வெறுப்பையும் அவனால் இலகுவாக அவளில் இருந்து கரைக்கமுடியவில்லை.

வைத்தயசாலையில் மிகத்தேர்ந்தெடுத்த உளவியல் மருத்துவர் சார்லொத் மாதம் ஒரு தடவை பஸ்கலினுக்கு மன அடைவு கற்றுக்கொடுத்த வண்ணம் இருந்தார். அம்மருத்துவர் அவர்களிருவருக்கும் உறவினர்கள் யாரும் இல்லை என்று அறிந்ததும் அவரே வீட்டுக்கு வந்திருந்து சிறு விருந்துகளையும், மாலைநேர தேனீர் விருந்துகளையும் ஒழுங்கு செய்தார். அந்த மருத்துவரின் குரலும், எதையும் மறைக்காமல் கனிவோடு

எடுத்துச்சொல்லும் பக்குவமும் அவர்களுக்கு கொடியவெம்மையான காலத்தில் பொட்டென்று கொட்டிய மழைபோல் அவர்களை மீண்டும் சிரிக்கவும், பேசவும் செய்வித்தது.

மருத்துவர் சார்லொத் பேசும்போது உதடுகள் முடியும் இடத்தில் இரு புன்னகை எப்போதும் இருக்கும். கரங்களைப்பற்றி, முள்ளந்தண்டு வடங்களை வருடி அவர் சொல்லும் ஒவ்வொரு வார்த்தைகளும், கொடிய நாட்களைக் கடக்கும் மருந்தாக இருந்தது. அவர் ஓர் ஆற்றுபடை அரசி போல் இருப்பார். அவரைப் பார்க்கும்போதெல்லாம் ஏன் மனிதர்கள் இந்தப்பெண் போல வாழக்கூடாது? என்று வேந்தன் நினைத்திடுவான். சார்லொத்தின் தோளில் சாய்ந்து பஸ்கலின் அழுதபோது அவரின் தோற்பட்டையே நனைந்திருந்தது. அப்போதுதான் அவள் டாக்டர் என் வயிற்றுக்குள் எப்படி றேடியேசன் நுழைந்தது? என்றாள்.

'குழந்தையே! உன்தந்தை அணு உலையின் முழுமையான பாதிப்பிலிருந்திருக்கிறார். அப்போது உன் தாயின் வயிற்றுக்குள் நீ இருந்திருக்கிறாய். உன் அப்பா அப்போது அப்பா மட்டுமல்ல ஒரு குட்டி அணுவுலையாகவுமே இருந்திருக்கிறார். அவர்கள் அப்போது அதன் கொடிய விளைவுகள் பற்றி அறிந்திருக்கவில்லை. வயிற்றுக்குள் இருந்த குழந்தையோடு உன் தாயார் தந்தையோடு இருந்ததால் ஏற்பட்ட தாக்கமே உனக்கு வந்திருக்கிறது. மனிதர்களின் கண்ணுக்குத் தெரிந்த ஆபத்துக்களை விட, கண்ணுக்கு தெரியாத ஆபத்துக்களே அதிகமானவை. உன் கர்ப்பப்பையை அகற்றுவது அவசியமானது. இல்லையேல் அது நீ காவித்திரியும் கதிரலை

போன்றது. நீ வாழ்வது முக்கியம். இதோ உனக்கொரு அன்பான கணவன் இருக்கிறான். அவன் உன் மீது இருக்கும் அன்பை மறக்காதே. இருப்பதில் வாழுதல் அவசியம் கண்ணே!'

அன்றிரவு 'வேந்தன்! நாம் ஏன் தெரிவு செய்யப்பட்டோம்? உன் தலைமுறைக்கும் என் தலைமுறைக்கும் நாம் இருவர் தான் இறுதி மனிதர்கள்' என்று கலங்கினாள். வேந்தனிடம் வார்த்தைகள் தீர்ந்துவிட்டிருந்தது. டாக்டர் சார்லொத் கூறியதுபோல் அவன் அதிக அன்பைச் செலுத்தியபோதும் முடிவில் அவள் இப்படி ஒருவனுக்கு நான் கிடைத்திருக்கக்கூடாது என்பாள். 'என் கனியே! எமக்கு இயற்கையாய் குழந்தைக்கான வாய்ப்பின்றி இருந்திருந்தால் என்ன செய்வது? உனக்கு நான் இருக்கிறேன்' என்றான். அப்போது அவன் நினைவில் அம்பிகாவின் கதை வந்து நின்றது. வேறு கதையொன்றின் மூலம் அவள் மூளையின் சிந்தனைகளை மடைமாற்றலாம் என்று நினைத்தான். அம்பிகாவிடம் தான் கேட்டறிந்த கதைகளை அவள் நெற்றியை வருடியவாறு கூற ஆரம்பித்தான்.

இரவு அம்பிகாவின் கதைகளில் முழித்திருந்து கரைந்து கொண்டிருந்த அஞ்சன வேளையில் அவள், 'வேந்தன்! அம்பிகாவை நான் பார்க்க வேண்டும் போல் உள்ளது' என்றாள். 'எனக்கு எஞ்சிய உறவு அவர்தான், நாம் அவளை சென்று பார்ப்போம்'.

'நீ இலங்கை செல்ல முடியாதே?'

- இந்தியாவில் தமிழ்நாடு என்ற மாநிலம் ஒன்று உண்டு. அவரை அங்கு வரவழைத்துப் பார்ப்போம்.

' நீ குழந்தையின் நிலை பற்றி அம்பிகாவுக்கு சொல்லி விட்டாயா?'

- இல்லை.

'எதிர்பார்ப்பைக் கூட்டுவது தவறு. நீ சொல்லிவிடு.'

- நாம் இந்தியா செல்வோம். எமக்கும் அம்பிகாவுக்கும் ஒரு மாற்றமாய் இருக்கும்.

அப்போது விடிந்து கொண்டிருந்த நேரம் அவர்கள் தூக்கத்தை அரவணைத்தார்கள். அது ஒரு பாதை கண்டுபிடிக்கப்பட்ட நாடற்ற பயணிபோல் சுகமாக இருந்தது.

வேந்தன் இந்தியா நோக்கிய பயணத்திற்கு தயாரானான். அவளிடம் பிரெஞ்சுக் குடியுரிமை இருந்தது.

அவன் அகதி அட்டையை வைத்துக் கொண்டிருந்தான். பிரெஞ்சுமொழியில் தேர்ச்சி இருந்தும் அவனால் குடியுரிமை பெறுவதற்கு சிலதடைகள் இருந்தன. சில ஆண்டுகளுக்கு முன்னர் குடியுரிமைப் பாரங்களை நிரப்பியபோது, அவனது பெற்றோரின் மரணச் சான்றிதழ், அதில் அவசியமாயிற்று. அரசாங்கத்தால் வீசப்பட்ட குண்டுகளில் இறந்தார்கள் என்று இலங்கை அரசு மரணச் சான்றிதழை வழங்குமா என்ன? இவ்வளவு அறிவற்ற அரசாங்கமா?

பின்பு அதைப்பற்றி அக்கறையற்று அகதி அட்டையுடனேயே இருந்துவிட்டான். அதில் ஒரேயொரு குறை மட்டும் தான் இருந்தது. இலங்கைக்குச் செல்லமுடியாது. கையிலிருந்த பயணப்பத்திரத்தில் அகதி என்ற முத்திரை இருக்கும். எல்லா

விமான நிலையங்களிலும் விசேடமாக கவனிப்பார்கள். அகதிகளிடம் அவர்களுக்கு கரிசனை அதிகம் இருக்கும். பிரெஞ்சு அரசாங்கம் மீண்டும் பத்துவருடம் அவனது அட்டையை புதுப்பித்துக் கொடுத்திருந்தது. அது 2029 வரை செல்லுபடியாக இருந்தது. அது எவ்வளவு கொடை? இலங்கையில் அம்பிகாவைத் தவிர அவனுக்கு அவசியமானது என்று சொல்லிக்கொள்ள யாருமில்லை. அங்கு சென்றால் அவனுக்கு விமானக் குண்டுகளும் செல்குண்டுகளும் கேட்கும் என்ற உறைந்த நினைப்பு மட்டுமே இருந்தது. கடந்த பத்தாண்டுகளில் அவன் அந்த சத்தங்களிலிருந்து விடுதலை பெற்றிருந்தான்.

நாற்பத்தெட்டு மணிநேரத்தில் பஸ்கலினுக்கு இந்திய விசா கிடைத்தது. வேந்தன் நாற்பத்தைந்து நாட்கள் இந்திய விசாவுக்காக காத்திருக்கவேண்டும் என்றார்கள். அகதி அட்டைக்கு அவர்கள் கொடுக்கும் மரியாதை, அதற்காகத்தான் இத்தனை நாட்கள் எடுத்துக் கொள்கிறார்கள் என்று அவர்கள் பெருமைப்படுத்துவதை நினைத்துக் கொண்டு காத்திருந்தார்கள்.

அதர்

நடாசாவின் கைபேசியை பஸ்கலின் உயிர்ப்புடன் வைத்திருந்தாள். தாயின் குரலும், பேசிய வார்த்தைகளும் அதற்குள் இருந்தது. அவ்வப்போது அதை உயிர்ப்பித்து அவளின் குரல் பதிவு செய்திகளைக் கேட்பாள். நடாசா இறந்ததை அறியாத சிலர் குறுஞ்செய்தி அனுப்புவார்கள். அதற்கு பதில் அனுப்புவாள். அன்று மாலை வெயில் குளிரைக் குழைத்து வந்து கொண்டிருந்தது. நதிக்கரை திறந்த ஜன்னல் ஊடாக சூரியன் நுழைவது போல நதி சிரித்துக் கொண்டிருந்தது. காற்றை யாரோ திருடிவிட்டது போல அதன் அடையாளங்களற்று மரங்கள் நின்றன. காற்று இல்லாததால் குளிருக்கு இதமாய் இருந்தது. அயல்வீட்டு பிரோன்சுவா கிழவன் படகை நதிக்குள் நகர்த்திக் கொண்டிருந்தான். அவன் போட்டிருந்த குருத்துப்பச்சை உடையும், வெண்முடியும் நதிக்குள் ஒரு மரம் வெண்பூவுடன் நகர்வது போல இருந்தது. அவன் நதிக்குள் நகர்கிறான் என்றால் காலநிலை இன்று இரக்கம் காட்டுகிறது என்று அர்த்தம்.

பஸ்கலின் கிழவனின் துடுப்பு வலிப்பையும், படகு நகர்வையும் பார்த்துக் கொண்டே நின்றாள். படகு கீறிய

நதிக்கோடுகளை நதியே அழித்துக் கொண்டு பின்னால் சென்றது. பின்பு பச்சை மரமும் வெண்பூவும் சிறிதாகி காணாமல் போனது. கிழவன் இன்று மீண்டு வர மாலையாகலாம். அவள் தாயின் கைபேசியை எடுத்துக்கொண்டு நதிக்கரையில் நங்கூரமிட்டிருந்த படகை நோக்கிச் சென்றாள். வேந்தன் தனது மொழியில் கற..பற..ஓம்..கீ..கற..பற.. என்று யாருடனோ ஆர்வமாகப் பேசிக்கொண்டிருந்தான். அவனைக் குழப்பாமல் சைகை மூலம் தான் வீட்டின் கோடியில் உள்ள நதிக்குப்போகிறேன். பேசிவிட்டு அங்கு வா! என்று கையாலும் ஒலி எழுப்பாத வாயாலும் சைகை செய்தாள்.

அவன் பெருவிரலைக் காட்டிவிட்டு மீண்டும் தனது மொழியில் பேசிக்கொண்டிருந்தான். அவன் அப்படித் தன்மொழியில் உரையாடுவது அரிது. அருமையாகவே அது நடக்கும். தன் மொழியில் யாருடனும் உரையாடிவிட்டால் முகம் வெளிச்சமாக இருக்கும். ஆனால் களைத்திருப்பான். அவன் மொழி பேசுவதற்கு அதிக சக்தி எடுக்கிறது என்று அவள் நினைத்துக் கொள்வாள். ஆனால் அதுபற்றி இதுவரை பேசியதில்லை. சில சொற்களையும் வசனங்களையும் அவன் தன் மொழியில் கற்றுக் கொடுத்தபோது முழுமையாக வாயின் பகுதிகளை பயன்படுத்தும் மொழி என்று புரிந்து கொண்டாள். வாய்ப்பகுதியை திறக்காமல் சிறிய இடைவெளியில் ஐரோப்பிய மொழிகள் போல் பேசமுடியாத மொழி. வேந்தன் இந்தப்பத்தாண்டில் பிரெஞ்சு மொழியை என்னிடம் இருந்து முழுமையாகக் கற்றுவிட்டான். அவனுடைய மொழியை என்னால் கற்க முடியவில்லை என்றும் அவள் நினைக்கத் தவறவில்லை.

அகரன்

அவள் இருக்கும் இடத்திலிருந்து நாடாசாவின் உடலும் படகும் இருந்த நதித்திட்டைப் பார்க்கமுடியும். அவள் ஏகாந்தம் உறைந்திருக்க அத்திட்டைப் பார்த்தவாறு இருந்தாள். வேந்தன் கொடுப்புக்குள் சிரிப்பையும், கையில் ஒரு வைன் போத்தலும் இரண்டு குவளைகளுடனும் அங்கு வந்து சேர்ந்தான். சிறிய சிறிய பொன்னிழைகள் போல் இருக்கும் கூந்தலை உச்சியில் முடிந்து ஓர் கோலை செருகிவிட்டிருந்தாள். சூரியன் தன் வலிமையை ஆரம்பித்திருந்தது. அதனால் குளிர் ஆடையைக் களைந்து விட்டிருந்தாள். அவள் பின் பகுதியைப் பார்த்தவாறு வந்த வேந்தன், பேரிச்சம் பழத்தின் விதைபோல் இருந்த அவள் முதுகின் பள்ளத்தில் வைன் போத்தலை வைத்தான். அவள் திடுக்கிட்டாள். யே பேர் (நான் பயந்துட்டேன்) என்றாள். நதியை விலை பேசுகிறாயா? என்று கேட்டவாறு அருகே அமர்ந்தான்.

எதிர்காலத்தில் அதையும் செய்து விடுவார்கள் என்றாள்.

நீ செய்தி பார்த்தாயா? ரஸ்யப்படைகள் கீவ் நகரை நெருங்குகின்றன. மரியப்போல் என்ற நகர் கருகிய காகிதம் போலாகிவிட்டது. மீண்டும் ஒரு மனித வேட்டை. நீ பிறந்த நிலம் என்பதை மறக்காதே. என்றவாறு வைன் போத்தலை திறந்தான். டொக் என்ற சத்தத்தில் மரத்தக்கை சிகப்புத் திராட்சைக் குருதியின் வாசத்தைத் திறந்துவிட்டது. யுத்தம் சாகட்டும் ' சோந்தே ' என்ற வேந்தனின் ஒலியும் குவளைகளின் ஒலியும் சேர்ந்தபோது நான்கு கண்கள் பார்த்துக் கொண்டிருந்தன. முதல் உதடுகளை அருந்தியதும் அவள் அவனை நெருங்கி முகர்ந்தாள். பின்பு பல்லியின் சத்தம் அங்கு கேட்டது. அவர்கள் உதடுகளில் ஒழிந்த வைனை உதடுகளால் தேடிக்கொண்டிருந்தனர். நான்கு கண்களும்

மூடி இருந்தபோது நான்கு உதடுகள் ஏதேதோ ஆராய்ச்சியில் இருந்தன. அவன் மடியில் அவள் பிருட்டங்கள் அத்திவாரம் போட்டிருந்தன.

கீவ் நகரின் நினைவுகள் உனக்குண்டா?

பிறந்த முன்றுமாதத்தில் அங்கிருந்து வந்து விட்டேன். எனக்கு எப்படித் தெரியும்? விஞ்ஞான அகதியாக வந்த நாங்கள் மீண்டும் அங்கு திரும்பவில்லை. அப்பாவின் இறுதிநாட்களால் அம்மாவிற்குள் பெரும் அதிர்ச்சி இருந்தது. அவரிடம் இந்த விஞ்ஞானம், தொழில்நுட்பம் என்ற சொற்களில் வெறுப்பு இருந்தது. அப்பாவின் கடைசி நாட்களை அவர் எனக்குச் சொல்ல மறுத்து விடுவார். உனக்கு முழுமையான அப்பா இருந்தார் என்று மட்டும் சொல்வார் என்றாள்.

உக்ரேன் மனிதர்களின் போர்த்திடல் ஆகிவிட்டது. உனக்கு வருத்தமாக இல்லையா?

வேந்தன்! எங்கு போரில்லை? நீ எதனால் இங்கு வந்தாய்? முரண்பாடுகளைப் பேசித் தீர்க்க முடியாமல் இத்தனை மொழிகளை மனிதர்கள் வைத்திருக்கிறார்கள். ராணுவம், போர், வீரம் என்பதெல்லாம் வெறுப்பாக உள்ளது. உலகில் இத்தனை கொடிய ஆயுதங்களை யாருக்காக உற்பத்தி செய்கிறார்கள்? இந்த பூமியை பட்டா போடவும் எல்லை போடவும் இவர்கள் யார்? ஒரு விலங்கின் பார்வையில் மனிதனை விட மோசமானதும் அவசியமற்றதுமான விலங்கு இல்லை. இதை வெல்லும் தத்துவங்களுக்கான இடங்கள் வெறுமையாகவே இருக்கிறது என்று கூறி 800 கோடி மனிதர்களை 800 மனிதர்கள் தீர்மானிக்கும்

நிலைதான் அவலம். எந்த தாயாவது தன் மகன் கொல்வதையும் கொல்லப்படுவதையும் ஏற்பாளா? இவர்கள் வரலாற்றிலிருந்து திருட்டுத்தனங்களைத்தான் கற்றுக்கொள்கிறார்கள்.

எல்லோருமே மோசமானவர்களா?

மோசமானவர்கள் தீர்மானிப்பவர்களானால் எல்லாமே மோசமாய்த்தானே போகும். கோஸ்தாரிக்கா என்ற நாடு தன் இராணுவத்தைக் கலைத்துவிட்டு அதற்குண்டாகும் செலவை இயற்கைக்கு செலவழிக்கிறது. அந்த நாட்டை எத்தனை நாடுகள் பின்பற்றுகிறது? ஹாரி டேவிட் என்ற அமெரிக்கர் இரண்டாம் உலக யுத்தத்தில் பங்கெடுத்தவர். பின்பு போர்க்களற்ற, எல்லைகளற்ற உலகை கனவு கண்டவர். தன்னை உலகக் குடிமகன் என்று அழைத்துக் கொண்டவர். அவரை உலகம் கண்டுகொள்ளவில்லை. 300 பணக்காரரிடம் 40 வீதமான மக்களின் பட்டினி இருக்கிறது. நல்லவைகளை நாடாத, தேடாத எல்லோரும் மோசமான எச்சங்கள்தான் என்றாள்.

ஹாரி டேவிட் பற்றி எங்கள் மொழியில் ஒரு புகழ்பெற்ற எழுத்தாளர் கதை ஒன்றை எழுதியுள்ளார். அதை நான் படித்திருக்கிறேன். இரண்டாயிரம் ஆண்டுகளுக்கு முன்னரே எங்கள் மொழிக்கவிஞன் ஒருவன் இந்த உலகம் எல்லோருக்குமானது என்று சொல்லி உள்ளான் என்றான் வேந்தன். அப்படியா? எனக்கு ஆச்சரியமாக உள்ளது. தெளிவாகவும் புரிகிறது. அதனால்தான் நீ அகதியாக இருக்கிறாய்.

நீ என்னைச் சீண்டவில்லையே!?

உனக்கு நாடில்லை. நீ உலகக் குடிமகன் தானே?

அப்போது வைன் போத்தல் தீர்ந்துவிட்டிருந்தது.

என் அம்மாவின் கைபேசியை பார்க்கவேண்டும். யாராவது செய்தி அனுப்பியிருப்பார்கள் என்று அதைத் திறந்தாள். தொடுகைபேசியில் திறக்கப்படாத குறுஞ்செய்தி ஒன்று 10.03.2022 அன்று வந்திருந்தது. அது ரஸ்யமொழியில் இருந்தது.

அன்பு நடாசா,

நான் கீத்ரி. இங்கு போர் வந்துவிட்டது. எல்லோரும் நகரை விட்டுச் சென்றுவிட்டனர். முதியவர்கள் சிலருடன் நானும் இருக்கிறேன். எனக்கு உன் உதவி வேண்டும். கீழ்வரும் முகவரியில் தான் இருக்கிறேன். இந்த முகவரியில் நான் இல்லாவிட்டால் இறந்துவிட்டேன் என்று பொருள். நீ என்னை மறந்திருக்க மாட்டாய்.

அன்புடன்

கீத்ரி

ரஸ்ய மொழியில் அவள் அதை வாசித்த போதே அவள் கண்களின் வெண்பகுதியில் சிவந்த கோடுகள் மின்னல்போல் வந்தன. பின்பு கண்களில் நீர் முட்டி நின்றது. செய்தியின் உள்ளடக்கத்தை கண்களை திருநீறு பூசுவது போல் துடைத்தவாறு பிரெஞ்சில் வேந்தனுக்குச் சொன்னாள்.

உனக்கு அந்த அம்மையாரை தெரியுமா? என்னையும் அம்மாவையும் செர்நோபில் அகதிகள் முகாமில் இருந்து பாதுகாப்பாக அனுப்பி வைத்தவர் அவர் தான் என்று அம்மா

அகரன்

கூறியுள்ளார். அவரின் ஆபரணம் ஒன்றை வைத்து பணம் திரட்டி பயணத்துக்கு உதவியவர் என்று அம்மா அவரையிட்டு பெருமிதம் கொள்வார். அவருக்கு குழந்தைகள் இல்லை. தனியே கீவ்வில் வசித்து வந்தார்.

பஸ்கலின்! நாம் புறப்படுவோம். அந்த அம்மையாரை மீடப்போம்.

எப்படி? அங்குதான் ஆபத்தே?

வழிகளை நாம்தான் கண்டுபிடிக்க வேண்டும். முதலில் ரோமானியா செல்வோம். பின்பு உக்ரைன் எல்லையில் இருந்து முயற்சிப்போம்.

இல்லை. முதலில் கீவ்வில் உள்ள பிரெஞ்சு தூதுவராலயத்தின் இலக்கத்திற்கு அழைத்து இந்த முகவரி பற்றி விசாரிப்போம்.

சரி நல்ல வழிதான். ஆனால் இப்போது தூதுவராலயம் அங்கு இயங்குவது அதிர்ஸ்டமானது. ஏவுகணைகள் விழுந்து கொண்டே இருப்பதால் அவர்கள் அங்கு இருக்கமாட்டார்கள்.

இலக்கத்தை மின்வலையில் தேடி 00380445903600 க்கு அழைப்பெடுத்தனர். அதிர்ஸ்டவசமாக ஒரு ஆண்குரல் அங்கிருந்தது. பஸ்கலின் விபரத்தைக் கூறினாள்.

‘உங்கள் நிலைக்கு வருந்துகிறோம். கீவ் நகரில் குண்டுகள் விழுகின்றன. அம்மையார் பற்றி அறிய முயல்கிறோம். தகவல் கிடைத்தால் தருவோம். எதையும் உறுதிப்படுத்த முடியாது. இத்தொலைபேசித் தொடர்பு கூட துண்டிக்கப்படலாம். எதற்கும் நீங்கள் தொடர்ந்து முயற்சி செய்யுங்கள். உங்கள் விபரம், தொடர்பிலக்கத்தை தாருங்கள்.’

பஸ்கலின் கீர்த்தி அம்மையாரின் இலக்கத்துக்கு தொடர்பு கொண்டாள். அந்த இணைப்பு அணைக்கப்பட்டிருந்தது. கீவ் நகரை வெட்டிக் கொண்டோடும் டெனிபர் நதியின் வடகிழக்கு மூலையில் இர்ப்பின் நகரில் கீத்ரி அம்மையாரின் இருப்பிடம். அதற்கு செல்வதற்கு என்ன செய்யலாம்? வேந்தனின் மூளை புதுப் பாதைகளை தேடுவதில் கைதேர்ந்தது. அவன் ஒரு திட்டத்தைச் சொன்னான்.

'இதோபார், முதலில் நாம் ரோமானியா செல்வோம். அங்கிருந்து உக்ரைன் நாட்டின் எல்லைக்கு செல்வோம் அந்த எல்லைப் பகுதியில் இருந்து மீதிப் பயணத்தை திட்டமிடலாம்.'

வேந்தன், அராட் என்ற நகருக்கு நாளை அதிகாலை ஐந்து மணிக்கு பாரீஸ் ஓர்லி விமான நிலையத்தில் இருந்து ஒரு விமானம் செல்கிறது. அதில் இன்னும் நான்கு இருக்கைகள் தான் இருக்கிறது. முதலில் உடனே அதைப்பதிவு செய். நாம் பாரிசுக்கு எப்படி போவது?

பொறு! பிலா பிலாக் கார் (சொந்த அலுவலாக தனித்துபயணம் செய்பவர்கள் தமது பிரயாணச் செலவைக் குறைப்பதற்காகவும் உரையாடிச் செல்வதற்குமாக பிற பயணிகளையும் தமது வாகனத்தில் ஏற்றிச்செல்வது) ஏதும் பாரிசுக்குச் செல்லுமென்றால் நமக்கு வசதியாக இருக்கும். நான் அதை வலைத்தளத்தில் தேடுகிறேன். இதோ பார் இரவு 8 மணிக்கு ஒரு கார் பாரிஸ் செல்கிறது. இரவு பன்னிரெண்டு மணிக்குள் அங்கு சென்றுவிடும்.

அப்படியா? நல்லது. அதைப் பதிவுசெய் உடனே.

பஸ்கலின்! அந்தக் கார் ஓர் தமிழ் பெயரில் இருக்கிறது. பார்த்தாயா? தங்கராசா கேசநந்தன் என்றிருக்கிறது.

அப்படியா? எப்படி தெரியும் இது தமிழ் பெயர் என்று?

இந்த வகையறா தமிழ்ப்பெயர் தான்.

அந்த இலக்கத்திற்கு அழைத்து உறுதிப்படுத்திக் கொள்.

இலக்கத்தை தருகிறேன் நீயே பேசு. 06 11 85 82 41

அவள் அழைப்பெடுத்தாள்.

வணக்கம் மிஸ்யூ (கனவானே) தங்கள் பிலாபிலாக்காரில் பாரிஸ் சொல்வதற்குப் பதிந்துள்ளோம். இன்று இரவு எட்டு மணிக்கு.

ஆம் சீமாட்டி! என்னிடம் உங்கள் விலாசம் இருக்கிறது. இரவு எட்டு மணிக்கு அங்கு வருவேன் தயாராக இருங்கள்.

நன்றி!

மகிழ்ச்சி! இரவு சந்திப்போம்.

வேந்தன், இருக்கலாம். அவர் பிரெஞ்சுமொழி தேர்ச்சியற்ற அளவுகளுடன் வருகிறது. உன்ர நாடாகக் கூட இருக்கலாம்.

பார்ப்போம்! இப்போது நாம் அவசரமாக எல்லாவற்றையும் தயார் செய்யவேண்டும்.

கதைகளை ஏற்றி வந்தவன் கதை.

இந்த கதை கடத்தி ஆகிய நான் இதில் கை தேர்ந்தவன் அல்ல. அகதியாக பிரான்சில் நுழைந்தபோது அரசாங்கத்தை மயக்குவதற்கு நான் சொன்ன கதையை விட வேறொன்றும் அறியேன்.

பிரான்சில் நாய்கள் விற்கும் கடையில் அதன் சிறை வீடுகளை சுத்தம் செய்ய ஆரம்பித்த என் தொழில் அனுபவம் பாரிசின் பாலியல் தொழிலைத் தவிர எல்லாவற்றையும் செய்து விட்டது. இறுதியில் கடந்த இரண்டு வரு மாக டாக்ஸி ஓட்டும் தொழிலில் ஈடுபடுகிறேன். அதுகூட என் தகுதிக்கு அதிகமானதுதான் நான் வாய் திறந்தால் என் மொழியை வைத்து என்னை எந்த நாட்டிலிருந்து இங்கு வந்திருக்கிறாய் என்று எல்லோரும் கேட்கிறார்கள். நான் எவ்வளவோ முயற்சி செய்தும் அந்த உச்சரிப்பு வரமாட்டேன் என்கிறது. ஆனால் என்னால் அதிகம் பேசாத எந்தத் தொழிலையும் செய்து விட முடியும். ஒருவனின் தகுதி இங்கு மொழியில் ஆரம்பிக்கிறது. அதை இட்டு நான் என்ன செய்ய முடியும் ? என் கதைகளை இந்த அரசாங்கமே நம்பும்படி சொல்லும் நடிப்பு எனக்கு வருகிறது.

பாரிசில் இருந்து நோந் நகருக்குச் செல்ல வேண்டும் எவ்வளவு எடுப்பாய்? என்று குண்டு கேசவன் என்னை கேட்டார். இப்படியான நீண்ட சவாரிகளை அவர் கைவசம் வைத்திருக்கிறார். எல்லா தொடர்புகளையும் வைத்திருப்பதால் நான் அவரிடம் அவ்வப்போது என் இருப்பை உறுதிப் படுத்திக்கொள்வேன். அவரிடம் இருந்த மூன்று வாகனங்களும் சவாரிக்கு போய்விட்டது. அந்த நல்ல நேரத்தில் எனக்கு அந்த சவாரி கிடைத்தது.

'அண்ணா 265 கிலோமீட்டர் காட்டுது போயிட்டு சும்மா வர வேணும்' என்று நான் ஒரு நடுநிலை விலையை சொன்னேன். 'சரி சரி 100 ரூபாய் கூட்டி சொல்லு அதை எனக்கு தா' என்றார். என்னால் வேறென்ன செய்ய முடியும்?

அவர்கள் சென்னையிலிருந்து வந்து இருந்தார்கள். அவர்கள் தோற்றம் அமெரிக்க வாழ்க்கை கொண்டது போலிருந்தது. நோந் நகரில் நான்கு வருடம் மேற்படிப்பை பூர்த்திசெய்த தங்கள் மகளின் பட்டமளிப்பு விழாவிற்கு அவர்கள் செல்கிறார்கள். இந்திய தடுப்பூசி அத்தாட்சியை பாரிசில் புகையிரத நிலையம் ஏற்காததால் அவர்கள் அவசரமாக செல்ல வேண்டியிருந்தது. தந்தை தாய் மகள் என்று மூன்று பேரோடு என் பயணம் ஆரம்பித்தது. அவர்கள் பெரும் வெறுப்பில் இருந்தனர். விமான நிலையத்தில் அனுமதிக்கப்பட்ட இந்திய தடுப்பூசி அத்தாட்சியை புகையிரத நிலையம் எப்படி மறுக்க முடியும் இந்தியா அவ்வளவு இளக்காரமான நாடா என்று கடும் கோபத்தில் அந்த பெரியவர் இருந்தார்.

எனது இன்ஃபினிட்டி (Car model "infiniti") காருக்குள் இரண்டு நாடுகளுக்கு இடையிலான யுத்தம் ஏற்படும் போல் இருந்தது.

அந்த இளம்பெண் இளமையை சரியான நிறையில் வைத்துக்கொண்டிருந்தாள். கொஞ்சம் தமிழும் நிறைய ஆங்கிலமும் பேசினாள். அந்த பெரியவர் தம்பி நீங்க சிலோனா? என்றார். அதுபற்றி விளக்கம் கொடுக்க நான் விரும்பவில்லை

ஆமாங்க! என்று அவர்களுக்கேற்றபடி சொன்னேன்.

அந்த அம்மையார் சாந்தமாக இருந்தார். நெற்றியில் சிவப்பு பொட்டு சிவப்பு சந்திரன் முழுதாய் இருப்பது போல இருந்தது. முன் கண்ணாடியில் அந்த மகளின் நெற்றியை அவதானித்தேன் அதில் ஒன்றுமில்லை. நீல வானம் போல் வெளியாகியிருந்தது. அது கூட அழகாய் இருந்தது. நான் பிரச்சினையை வளர்க்க விரும்பவில்லை. பார்ப்பதை நிறுத்திவிட்டேன். என் சவாரி 130 கிலோ மீட்டர் வேகத்தில் சென்று கொண்டிருந்தது.

பெரியவர் சற்று ஆசுவாசமாய் தம்பி ரொம்ப காலமா இங்க இருக்கீங்களா? என்றார். நான் பதில் சொன்னேன். பின்பு 'அவர் இருக்கிறாரா?' என்றார்.

என் பதிலுக்குப்பிறகு அவர் ஏதும் பேசவில்லை. நான் அவ்வளவு மோசமாக நடந்து கொள்ளவில்லை என்றுதான் நினைக்கிறேன் என்ன இருந்தாலும் அவர் பெரியவர்.

இச் சவாரி ஆரம்பித்தபோது நோந்தில் இருந்து பாரிசுக்கான சவாரிக்கு பிலாபிலாக் காரில் விண்ணப்பம் போட்டிருந்தேன். யாராவது சாமப்பயணிகள் எனக்குச் சிக்குவார்கள். அப்படிச்

சிக்கினால் என் சவாரி வெற்றிக்குரியதாக மாறிவிடும். நோந்த் நகரத்தை நெருங்கிக்கொண்டிருந்தபோது, என் விண்ணப்பத்திற்கு பதில் வந்தது. சந்தியாகோ கிழவனின் தூண்டிலில் மீன் சிக்கியதுபோல மனம் துள்ளிக்குதித்தது. வேந்தன், பஸ்கலின் என்ற பெயரில் இருவர் பாரிசுக்குச் செல்வதற்கு விண்ணப்பித்திருந்தனர்.

23.03.2022 இரவு எட்டுமணிக்கு லுவார் நதிக்கரையோரமிருந்த வீட்டிலிருந்து இரவும் பகலும் போன்ற நிறத்தில் இருவரை என் வண்டியில் ஏற்றிக்கொண்டு பாரிஸ் நோக்கித் திரும்பினேன். அந்த ஆண் இந்திய நிறத்தில் இருந்தான். றெனியோன், இல் து மொரிஸ் அல்லது பாண்டிச்சேரியை சேர்ந்தவனாக இருக்கும் என்று நினைத்துக்கொண்டேன். அவர்களின் முகத்தில் மெல்லிய படபடப்பு இருந்தது. இருவரும் அந்நியோன்யமாக இருந்தனர். என் வேலையை மீறிப் பார்வையைப் படரவிட்டேன். பெடியன் நல்ல குட்டியைப் பிடித்துவிட்டான்! ம்..... என்று எனக்குள் பெருமூச்சு விட்டேன். அவனும் நல்ல வாட்டசாட்டமானவனாகவே இருந்தான். கிவிப்பழம் போல அவன் முகம். மீசை, தாடிக்கான தடயங்களே இல்லை. அடர்ந்த கண்கள். அசைவுகள் தமிழனுக்குரியவையும் கலந்திருந்தது. அவன் ஒலி இழுகைகள் தமிழுக்குரியவையாக இருந்தன. சீவன் அருமையான பிரெஞ்சு போசினான். அவர்கள் உரையாடலைக் கேட்டுக்கொண்டே கார் ஓட்டலாம். பாடல் தேவையில்லை.

நீங்கள் தமிழ் பேசுவீர்களா? என்று கேட்க நினைத்தேன். என்ன அவசரம்? அவர்களுக்கும் என்னைப்போல ஊகங்கள் வரலாம்.

அவர்களாகவே கேட்கட்டும் என்றிருந்தேன். அவள் அவன் தோளில் சாய்ந்தபோது முன்னே இருந்த கண்ணாடியில் முகம் தெரிந்தது. சற்று ஆசுவாசமாக நிமிர்ந்து உட்கார்ந்தேன். பிளேட்டால் வெட்டிவிடப்பட்டது போன்ற உதடுகள். கூரிய மூக்கு, வெள்ளையும், நீலமும் உள்ள லேசர் கண்கள், அதற்குமேல் அவளைப்பார்த்தால் விபத்து ஏற்பட வாய்ப்புண்டு. கார் 130 கிலோமீற்றர் வேகத்தில் சென்று கொண்டிருந்தது. கண்களைச் சாலையில் நிறுத்தினேன். மூளை வேர்களைப் பற்றி அறியவேண்டும் என்று ஓடித்திரிந்துகொண்டிருந்தது.

இந்த நினைவுகளை ஊடறுத்து அருமையான பிரெஞ்சுக்குரல் பின்னிருக்கையிலிருந்து வந்தது. ஆ செத் தமூல்? (நீங்கள் தமிழா?) உய்.. உய்..(ஆமாம்). உடனே நான் ஆ பார்லே தமூல்? (நீங்கள் தமிழ் கதைப்பீங்களா?) என்றேன். ஓம் அண்ண! என்றான் வேந்தன்.

‘நீங்கள் இலங்கையா?’

ஓம் அண்ணா.

‘நான் இல் து மொரிஸ் அல்லது றெனியோன் பெடியன் என்றல்லோ நினைச்சன்.’ சின்ன வயசில வந்திற்றிங்கபோல?

-இல்ல அண்ண, பன்னிரெண்டு வருசம்.

தம்பி அருமையா பிரெஞ்சு பேசுறிங்க. என்னால நம்பமுடியேல்ல!

எல்லாவற்றுக்கும் இவளே காரணம் என்று கூறி பஸ்கலினைப் பார்த்து நாம் பேசியதைப் பிரெஞ்சில் கூறினான்.

அந்த நிமிடத்திலிருந்து வேந்தனின் கதையை கேட்டுக்கொண்டு பாரிசை நோக்கிப் பயணப்பட்டுக்கொண்டிருந்தோம். அவன் கதை அதிர்ச்சியைத் தந்துகொண்டிருந்தது. அவன் யுத்தகாலத்தில் வாழ்ந்த இடங்களில் நானும் இருந்திருக்கிறேன். அவர்கள் குடும்பமே கிபீர் குண்டுவீச்சில் இறந்ததை அன்று மல்லாவியெங்கும் பேசினார்கள். வேந்தனின் கதையும் பஸ்கலினின் கதையும் என்னைத் தின்று முடித்தது. நாம் பாரிசை அடைந்தபோது இரவு பன்னிரெண்டு மணியாகியிருந்தது. அவர்கள் தங்களை ஒரு விடுதியில் விடுமாறு கூறினார்கள். அதிகாலை ஐந்துமணிக்கு அவர்கள் ஓர்லி விமான நிலையத்தில் உக்ரேன் நோக்கிய பயணத்தைத் தொடர வேண்டும். இன்னும் இரண்டு மணிநேரமே அவர்களுக்கு இருந்தது. இரண்டு மணிக்கு அவர்கள் விமானநிலையத்துக்குச் சென்றடைய வேண்டும். அந்த இரண்டுமணி நேரங்களை என் அறையில் தங்கவைப்பதில் இருக்கும் மகிழ்ச்சியை அவர்களிடம் தெரிவித்தேன். முதலில் தயங்கினார்கள். பின்பு ஏற்றுக்கொண்டார்கள். எனது அறைக்குச் சென்றோம். என் அறையின் தகுதிக்குரிய வகையில் அவர்களை உபசரித்தேன்.

பஸ்கலினுக்கு கண்களில் தூக்கம் நின்றது. ஆனால் எனக்கோ வேந்தனுக்கோ கண்களில் விழிப்பு இருந்தது. அவளை என்னிடமிருந்த தனியொருவன் தூங்கும் கட்டிலில் ஓய்வெடுக்கச் சொன்னேன். நானும் வேந்தனும் தீர்ந்துகொண்டிருந்த நேரத்தை இழுத்துப்பிடித்துப் பேசினோம். அவனுக்கும் பெரும் ஆசுவாசமாக அது இருந்தது தெரிந்தது.

அதிகாலை இரண்டு மணிக்கு ஓர்லி விமான நிலையத்தை அடைந்தோம். அன்று உக்ரேன் மீதான ரஸ்ய யுத்தம் ஆரம்பமாகி ஒரு மாதம் கடந்திருந்தது. அவர்கள் ஓர் ஆபத்தான இடத்தை நோக்கிச் செல்கிறார்கள் என்பது எனக்கு நன்றாகவே தெரிந்தது.

விமானநிலையம் பரபரப்பாக இருந்தது. முதுகில் நீண்ட பயணப்பையை கொழுவியவாறு இருவரும் தமது கடுமையான பயணத்துக்குத் தயாராக இருந்தனர். அந்த இளம் பயணிகளைப் பிரிவது என் மனதைக் கனக்கச் செய்தது.

வேந்தன், எல்லாவற்றுக்கும் நன்றி அண்ண! என்றான்.

நான் அவனை அணைத்து 'கவனம் தம்பி' என்றேன். பஸ்கலினும் கன்னங்களில் நன்றி சொன்னாள். அவர்கள் திரும்பிப்பார்த்துக் கைகாட்டியபோது புவியதிர்வில் நிலம் ஆடுவதுபோல் எனக்கிருந்தது. அவர்கள் செல்வதைப் பார்த்துக்கொண்டே நின்றேன். மின்படிகள் அவர்களை இழுத்துக்கொண்டு கீழிறங்கியபோது

'தம்பி என்ன பிரச்சனை என்றாலும் எனக்கு அழைப்பெடுங்கோ' என்றேன்.

படிப்படியாக அவர்கள் மறைந்தார்கள். அவர்கள் தலையும் மறைந்தபோது மின்படிகள் மட்டும் சுற்றிக்கொண்டிருந்தது. எனக்கு கலுங்கி பாயப்போகும் குளம்போல் உணர்வுகள் முட்டிக்கொண்டு நின்றது. நாம் மீண்டும் சந்திப்பது நம்கையில் இல்லை. நாம் விரும்பாத 'கரும் துளைக்குள்' நாம் இழுக்கப்படுகிறோம் என்பது தெரிகிறது. இதிலிருந்து மீள்வதற்க்கான வழியை காட்டும் வரைபடம் யார் மூளையில்

உள்ளது? அடுத்து வந்த ஏழு நாட்களில் இதை எழுதி முடித்தபோது கீவ் நகரில் குண்டுகள் வீழ்ந்துகொண்டிருந்தன. வேந்தன், பஸ்கலினிடமிருந்து எந்த செய்தியும் வந்து சேரவில்லை.